# சிவகார்த்திகேயன்

## சிகரம் தொட்ட சின்னத்திரை நாயகன்

வசந்த் பாரதி

சத்யா

**Title**
Sivakarthikeyan
Sigaram thotta chinnathirai nayagan
Vasanth Bharathi

ISBN: 978-93-6666-701-0

Title Code : Sathyaa - 145

நூல் தலைப்பு
சிவகார்த்திகேயன்
சிகரம் தொட்ட சின்னத்திரை நாயகன்

நூல் ஆசிரியர்
வசந்த் பாரதி

முதற்பதிப்பு
மார்ச் 2025

விலை : ₹ 130

பக்கம் : 94

Printed in India

**Published by**
Sathyaa Enterprises
No.134, First Floor,
Choolaimedu high road, Choolaimedu,
Chennai - 600 094.
044 - 4507 4203

Email
sathyaabooks@gmail.com

## உள்ளே...

| | | |
|---|---|---|
| 1. | இளமை பருவம் | 4 |
| 2. | குடும்ப பின்னணி – இசை குடும்பம் | 8 |
| 3. | நகைச்சுவை படலம் | 10 |
| 4. | ஒரு நடிகன் பிறக்கிறானா? உருவாகிறானா? | 13 |
| 5. | சினிமாவின் முதற்படிகட்டு மெரினா | 15 |
| 6. | ஒரு நாயகன் உருவாகிறான் | 19 |
| 7. | மனிதாபிமானி சிவகார்த்திகேயன் | 31 |
| 8. | திரைப்பட தயாரிப்பாளர் எஸ்.கே | 39 |
| 9. | விருதுகள், பாராட்டுகள் | 42 |
| 10. | சிவகார்த்திகேயன் நடித்த படங்கள் | 45 |
| 11. | சிவாவின் அக்கா அரசு மருத்துவருக்கு விருது | 47 |
| 12. | சாதனையாளர்களின் வெற்றி பின்னணி | 53 |
| 13. | சிவகார்த்திகேயனின் வளர்ச்சி | 58 |
| 14. | எஸ்.கே.வின் திருப்புமுனை திரைப்படங்கள் | 62 |
| 15. | சிவகார்த்திகேயன் முழுமையான கதாநாயகனாதல் | 78 |
| 16. | பெற்றோர்களை கொண்டாடுங்கள் அவர்கள் இருக்கும்போதே | 84 |

## 1. இளமை பருவம்

**சி**னிமாவில் சாதிக்கத் துடிக்கும் பல இளைஞர்களின் கனவு நாயகன் மற்றும் ஒரு உந்து சக்தி என்றெல்லாம் நடிகர் சிவ கார்த்திகேயன் அவர்களை சொல்லலாம்.

'Keep Ur Parents Happy, Life Will be the Happiest'. இது தான் பல வருடங்களாக சிவகார்த்திகேயனின் வாட்ஸ்அப் ஸ்டேட்டஸ். தன்னுடைய பெற்றோர்கள் மட்டுமின்றி தமிழ்நாட்டில் இருக்கும் பல பெற்றோர்கள், குட்டீஸ், இளைஞர்கள் என எல்லோரையும் தன்னுடைய படங்கள் மூலம் சந்தோஷமாக வைத்துக் கொண்டு இருக்கும் நம்ம வீட்டு பிள்ளை சிவகார்த்திகேயனை பற்றி தெரிந்து கொள்வோம்.

சிவகார்த்திகேயன் 1985 ஆம் ஆண்டு பிப்ரவரி மாதம் 17 ஆம் தேதி சிவகங்கை மாவட்டம் சிங்கம்புணரியில் பிறந்தார். சிங்கம்புணரி அருகே பிரான்மலை அடியில் தான் சிவகார்த்திகேயன் அம்மா பிறந்த வீடு இருக்கிறது. இப்போது அது அவரது மாமியார் வீடு. அது தவிர அவரது பாட்டி வீடும் அங்கேயே உள்ளதாம்.

இவர் திருச்சிராப்பள்ளியில் உள்ள கேம்பியன் ஆங்கிலோ-இந்தியன் மேல்நிலைப் பள்ளி மற்றும் ஜேஜே பொறியியல் கல்லூரியில் பயின்றார். கணினி அறிவியலில் இளங்கலைப் பட்டமும், வணிக நிர்வாகத்தில் முதுகலைப் பட்டமும் பெற்றவர். பள்ளி நாட்களில் அவர் கலாச்சார நிகழ்ச்சிகள், மிமிக்ரி, திரைப்பட ஸ்பூஃப்கள், நாடகங்கள் போன்றவற்றில் பங்கேற்றார். அவருக்கு திரைப்படங்கள் அல்லது தொலைக்காட்சி நிகழ்ச்சிகளில் நுழைய விருப்பம் இல்லை. அவரது நண்பர்கள் அவரை ‘கலக்கப் போவது யாரு’ என்ற ஆடிஷனில் கலந்து கொள்ளும்படி கட்டாயப் படுத்தினர். அவர் வெற்றி பெற்றார். விளையாட்டு நிகழ்ச்சி, சிவகார்த்திகேயன் முகப்புத்தகம், குறள் 786 மற்றும் அடையாளம் போன்ற பல குறும்படங்களில் நடித்தார். ஸ்டார் விஜய்யில் ஒளிபரப்பான ‘கலக்க போவது யாரு’ என்ற ரியாலிட்டி ஷோ மூலம் தனது வாழ்க்கையைத் தொடங்கினார். பின்னர் விஜய் டிவியில் ‘அது இது எது’ நிகழ்ச்சியை தொகுத்து வழங்கினார்.

2012 இல் ஓவியாவுக்கு ஜோடியாக மெரினா படத்தின் மூலம் அறிமுகமானார். 2013 ல் ப்ரியா ஆனந்த் மற்றும் நந்திதாவுடன் எதிர் நீச்சல் நடித்தது அவரது நடிப்பில் அவரது முக்கிய திருப்புமுனை யாகும். 2013 இல் சத்யராஜ், ஸ்ரீ திவ்யா மற்றும் சூரி நடித்த அவரது அடுத்த படமான ‘வருத்தப்படாத வாலிபர் சங்கம்’. சிவ கார்த்திகேயன் 2013 ஆம் ஆண்டில் தொடர்ந்து மூன்று வெற்றிப் படங்களுடன் கை தட்டிய வெற்றிக்காக 2014 ஆம் ஆண்டின் விஜய் என்டர்டெய்னர் விருதுகளைப் பெற்றார். 2014 இல் ஹன்சிகா மோத்வானி, வம்சி கிருஷ்ணா மற்றும் சூரி நடித்த அவரது அடுத்த திரைப்படமான ‘மான் கராத்தே’ திரையரங்குகளில் 100 நாட்கள் ஓடி பிளாக்பஸ்டர் வெற்றி பெற்றது. 2014 இல் எதிர் நீச்சல் படத்தில் நடித்ததற்காக SIIMA சிறந்த நடிகருக்கான விருதை வென்றார்.

இந்த பாக்ஸ் ஆபிஸ் கிங் சிவகங்கையில் ஒரு சாதாரண கிராமத்தில் பிறந்து இன்று தமிழ் சினிமாவின் பாக்ஸ் ஆபிஸ் கிங் ஆக இருக் கிறார். தன் ஆரம்ப காலத்தில், தான் ஒரு IPS அதிகாரியாக ஆக வேண்டும் என்றே நினைத்தார். ஏனெனில் சிவகார்த்திகேயனின் தந்தை திருச்சி மத்திய சிறையில் இன்ஸ்பெக்டர் ஆக பணிபுரிந்தவர்.

தந்தை இன்ஸ்பெக்டர் என்பதால் சிவகார்த்திகேயனுக்கு அவர் மீது எப்போதுமே ஒருவித மரியாதை கலந்த பயம் இருந்தது.

தன் அப்பாவை பார்த்தாலே பயந்திருப்பாராம் சிவா. அதனாலேயே அவருக்கு இருக்கும் சின்ன சின்ன ஆசைகளை கூட தன் அம்மாவிடம் தான் பகிர்ந்து கொள்வாராம். அப்பாவின் கண்டிப்பு, அம்மாவின் பாசம், அக்காவின் அரவணைப்பு என தன்னை சுற்றி மிகவும் சிறிய வட்டத்திற்குள் சந்தோஷமாக வாழ்ந்து வந்த சிவகார்த்திகேயனின் வாழ்க்கையை புரட்டிப் போட்டது தந்தையின் மரணம். அந்த இழப்பிற்குப் பின் சிவாவின் குடும்பத்திற்கு உறுதுணையாக இருந்தது அவரது தாய் மாமா தான்.

தனது அம்மா மற்றும் அக்காவின் ஆசைப்படியே சிவா ஒரு தனியார் பொறியியல் கல்லூரியில் தனது பட்டப்படிப்பை தொடங்கினார். அங்கு அவருக்கு அருண்ராஜா காமராஜ், இசையமைப்பாளர் திபு, நின்னன் தாமஸ் போன்ற நல்ல நண்பர்கள் கிடைத்தார்கள். கல்லூரி நாட்களில் தான் சிவாவிற்கு Media மீதான ஆர்வம் ஏற்பட்டது. சிவகார்த்திகேயனின் Media வாழ்கையில் ஒரு முக்கிய திருப்புமுனையாக இயக்குனர் பாண்டிராஜின் 'மெரினா' திரைப்படம் அமைந்தது.

சிவகார்த்திகேயனுக்கு சிறு வயதிலிருந்தே மிமிக்ரி செய்வது ரொம்ப பிடிக்கும். வீட்டில் உள்ள எல்லோர் மாதிரியும் நடித்து காண்பிப்பார். அவர் இருக்கிற இடமே மிகவும் கலகலப்பாக சந்தோசமாக இருக்கும். இது தான் அவரின் எதிர்காலத்திற்கான ஆரம்ப புள்ளி. இவர் தொலைக்காட்சி நிகழ்ச்சியில் பங்கெடுக்க முயன்றது, பிறகு அதில் வெற்றி பெற்றது என்பதெல்லாம் வீட்டில் யாருக்கும் தெரியாமல் இருந்தது. தொலைக்காட்சி நிகழ்ச்சியை பார்த்த பிறகு தான் இவரின் துறையை பற்றியே இவரின் அம்மாவிற்கு தெரிய வந்ததாம்.

சூப்பர் ஸ்டார் ரஜினியின் தீவிர ரசிகரான சிவகார்த்திகேயன், அவரது ஒவ்வொரு படம் ரிலீஸாகும் போதும் திருச்சியில் உள்ள திரையரங்குகளில் 'காஜாமலை சிவகார்த்திகேயன்' என கட்அவுட் வைப்பாராம். ரஜினியின் ரசிகனாக இருந்து சினிமாவில் தன் கால் தடத்தை பதித்த சிவகார்த்திகேயன் இன்று அவரைப் போலவே மக்கள் கொண்டாடும் நட்சத்திரமாக வளர்ந்துள்ளார்.

VIJAY

VIJAY

VIJAY

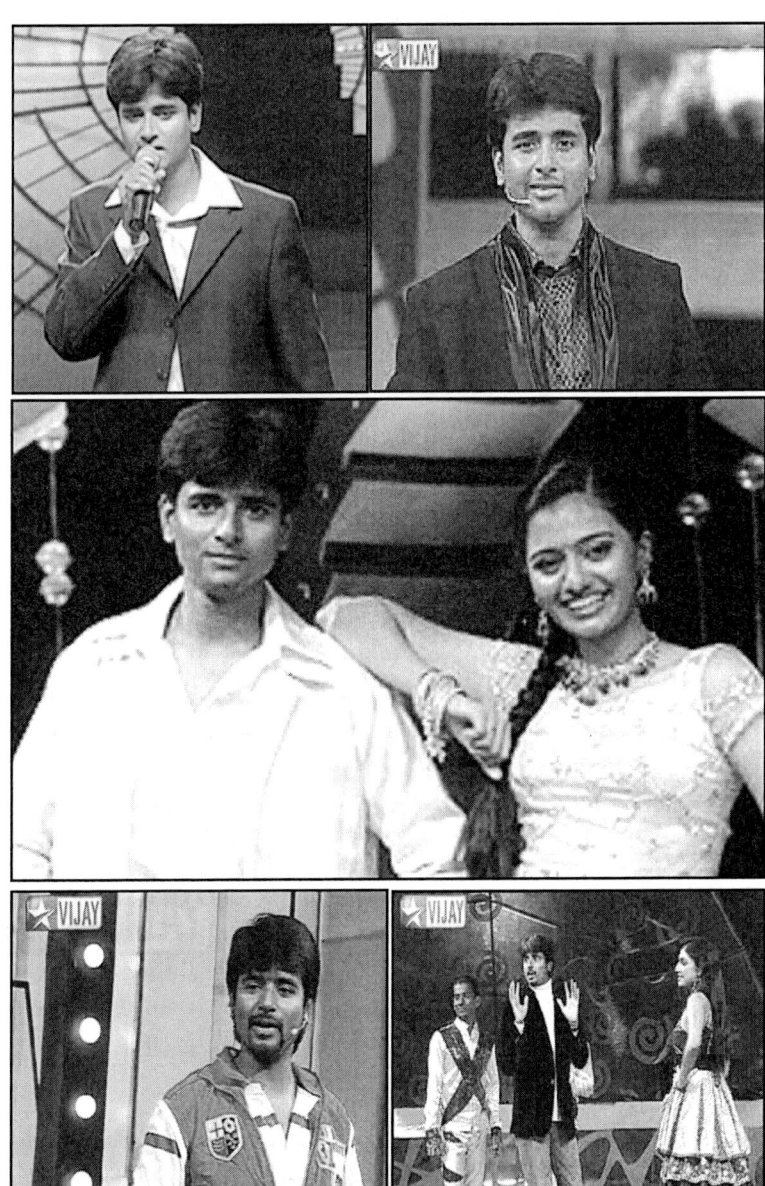

## 2. குடும்ப பின்னணி - இசை குடும்பம்

**இ**ந்தியாவோட தலைசிறந்த நாதஸ்வர கலைஞர்கள் சுப்பிரமணியம் பிள்ளை, நீடாமங்கலம் தவில் மீனாட்சி சுந்தரம் பிள்ளை இருவரும் சிவகார்த்திகேயனின் கொள்ளுத் தாத்தாக்கள். அதேபோல் 'திருவீழிமிழலை சகோதரர்கள் கோவிந்தராஜப் பிள்ளை, தட்சிணாமூர்த்தி பிள்ளை சிவகார்த்திகேயனின் தாத்தாக்கள் என தகவல் சொல்கிறது.

நடிகர் சிவகார்த்திகேயன் தனது தந்தையின் 70-வது பிறந்தநாளை யொட்டி தனது சமூக வலைதளப் பக்கத்தில் நெகிழ்ச்சியான பதிவு ஒன்றைப் பகிர்ந்துள்ளார். அதில், "நடிகர் சிவகார்த்திகேயன் அப்பா என்று சொல்வதை விட, ஜி.தாஸ் அவர்களின் மகன் சிவகார்த்திகேயன் என்று சொல்வது தான் பேரழகு. கோயம்புத்தூர் மத்திய சிறைச் சாலையில் ஜி.தாஸ் அவர்கள் சூப்ரெண்ட்டாக பணிபுரிந்தபோது, சிறைவாசிகள் மனதில் தேசிய கீதமாய் திகழ்ந்தார்.

சந்தர்ப்ப சூழ்நிலையால் குற்றம் புரிந்து ஒருவர் சிறைவாசத்தை அனுபவித்தார். சிறைக்கு அவர் செல்லும் பொழுது, படிப்பு வாசம் அவரிடம் இல்லை. ஆனால் விடுதலையான பிறகு அந்த நபர்

வெளியில் வரும்போது முதுகலை பட்டம் பெற்றிருந்தார். அதற்குக் காரணம் ஜி.தாஸ் அவர்கள்.

கர்நாடக மாநிலம் நமக்கு தண்ணீர் கொடுக்கவில்லை என்பதற்காக, சிறைச்சிட்டுகள் அனைவரும் உண்ணாவிரதம் போராட்டம் நடத்தினார்கள். சிறைச்சிட்டுகளின் செயலைப் பார்த்து அவர்களைப் பாராட்டி, அன்றிரவு சிறைச்சிட்டுகளுக்கு பிரியாணி உணவைக் கொடுத்து மகிழ்ந்தவர். இதில் முக்கியமான விஷயம் என்னவென்றால் சிறையில் இருக்கும் நபர்களின் குடும்பத்தில், ஏதேனும் கஷ்டம், கல்விக்கு பணம் வேண்டும், மருத்துவச் செலவு வந்தால், ஜி.தாஸ் அவர்கள் அந்த குடும்பத்திற்கு தன்னுடைய சொந்த பணத்தை கொடுத்து உதவுவார். இதற்கு சாட்சி அந்தியூர் அன்புராஜ் அண்ணா" என பதிவிடப்பட்டுள்ளது.

இதைப் பகிர்ந்து சிவகார்த்திகேயன் கூறியிருப்பதாவது: "அப்பா, தெய்வங்கள் எல்லாம் தோற்றே போகும் உங்கள் முன்னே. நான் இன்றைக்கு என்ன செய்தாலும் அதற்குக் காரணம் நீங்கள்தான், எல்லாம் கற்றுத் தந்ததுதான். நீங்கள் வாழ்ந்த விதத்தைப் பார்த்துத் தான், நம் கையில் இருப்பதை வைத்து மற்றவர்களுக்கு நம்மால் முடிந்த உதவிகளைச் செய்ய வேண்டும் என்று கற்றுக் கொண்டேன். உங்களுக்குப் பெருமை சேர்க்கும் மகனாக இருப்பேன். என்றென்றும் நீங்கள் நினைவு கூறப்படுவீர்கள் அப்பா" எனக் கூறியுள்ளார்.

## 3. நகைச்சுவை படலம்

'**என்**னை தொலைக்காட்சியில் பொழுதுபோக்காளராக மக்கள் பார்த்தார்கள். அதையே திரையுலகிலும் செய்யத் தொடங்கினேன்' என்று சிவகார்த்திகேயன் தெரிவித்துள்ளார்.

இந்திய சர்வதேச திரைப்பட விழா நவம்பர் மாத இறுதியில் கோவாவில் நடைபெற்றது. இதில் ஒவ்வொரு நாளும் நடிகர்கள், இயக்குநர்களின் கலந்துரையாடல் நிகழ்வு நடைபெறும். அந்த வகையில் குஷ்பு - சிவகார்த்திகேயன் இடையிலான உரையாடல் நிகழ்வு நடைபெற்றது. இதில் குஷ்புவின் கேள்விகளுக்கு சிவ கார்த்திகேயன் பதிலளித்தார்.

அப்போது திரையுலகில் நடிகராக வலம் வருவது குறித்த கேள்விக்கு சிவகார்த்திகேயன், 'தொலைக்காட்சியில் இருந்து சினிமாவுக்கு வந்தவர்கள் என்று எனக்கு முன்பாக எந்தவொரு உதாரணமும் இல்லை. ஆகையால் எந்தவொரு வாய்ப்பு வந்தாலும் அதற்கு 100% உழைத்தேன். எனக்கு என்னவெல்லாம் தெரியுமோ அதை வைத்து மக்களை மகிழ்விக்க தொடங்கினேன். மக்கள் என்னை தொலைக் காட்சியில் பொழுதுபோக்காளராக பார்த்தார்கள். அதையே

திரையுலகிலும் செய்யத் தொடங்கினேன். தொலைக்காட்சியோ, சினிமாவோ நகைச்சுவையை எனது கவசமாக பயன்படுத்தினேன். அது பார்வையாளர்களுக்கு மகிழ்ச்சியைத் தருகிறது என்பதை உணர்ந்தேன். ஆரம்பத்தில் இருந்து சினிமாதான் என் ஆசை. தொலைக்காட்சியில் தொகுப்பாளராக இருந்தேன். அது தான் திரை யுலகில் நுழைவதற்கு வாய்ப்பு கொடுத்தது" என்று தெரிவித்துள்ளார்.

மேலும், சினிமாவை நேசிப்பது குறித்து சிவகார்த்திகேயன், 'நான் மிகப் பெரிய ரஜினி சார் ரசிகன். ஆனால், பெரிய நடிகர்களின் படங்கள் வெளியாகும் போது முதல் இரண்டு நாட்களுக்குள் திரையரங்குகளில் பார்த்து விடுவேன். 2006-ம் ஆண்டு முதல் எந்தவொரு படத்தையும் திருட்டு பதிப்பில் பார்த்ததில்லை. அந்தளவுக்கு சினிமாவை நேசிக்கிறேன்' என்று தெரிவித்துள்ளார்.

நடிகர் சிவகார்த்திகேயன் சின்னத்திரையில் இருந்து வெள்ளி திரையில் முன்னணி நடிகராக மாறிய பிறகு பேட்டி ஒன்றில் தனக்கு பணத்தை விடவும் மரியாதை தான் முக்கியம். அதற்காக நான் என்ன வேணாலும் செய்வேன் என்று பேசியிருக்கிறார். சமீபத்தில் பல நடிகர்கள் சின்னத்திரையில் இருந்த வெள்ளித்திரைக்கு பயணிக் கிறார்கள். ஆனால் பத்து வருடங்களுக்கு முன்பு சின்னத்திரையில் இருந்து வெள்ளித்திரைக்கு செல்வது அவ்வளவு எளிமையான காரியம் கிடையாது. காரணம் வெள்ளித் திரையில் உள்ள நடிகர் களுக்கு கிடைக்கும் மரியாதை சின்னத்திரை நடிகர்களுக்கு கிடைக்காது என்று நடிகர் சிவகார்த்திகேயன் கூறி இருக்கிறார்.

விஜய் டிவி நிகழ்ச்சிகளில் மிமிக்ரி செய்து கொண்டிருந்த சிவ கார்த்திகேயன் பிறகு தொகுப்பாளராக மாறி இருந்தார். ஒரு சில வருடங்களாக விஜய் டிவியில் பல நிகழ்ச்சிகளில் தொகுப்பாளராக வேலை பார்த்தார். பிறகு சினிமாவில் நுழைந்து இப்போது டாப் நடிகராக மாறி இருக்கிறார். அதுவும் மிகவும் குறுகிய கால கட்டத்தில் மேலே உயர்ந்து ரஜினி, கமல், விஜய், அஜித்துக்கு அடுத்ததாக அதிக சம்பளம் வாங்கும் நடிகராக சிவகார்த்திகேயன் மாறி இருக்கிறார். இவர் வளர்ச்சியை பார்த்து பலர் பொறாமைப் படுவார்கள் என்று நடிகர் அஜித்தே இவரிடம் சொன்னதாக

சிவகார்த்திகேயன் பேட்டி ஒன்றில் பேசியிருந்தார். ஆரம்பத்தில் காமெடி கலந்த காதல் காட்சிகளில் ஜாலியாக நடித்துக் கொண் டிருந்த சிவகார்த்திகேயன் தற்போது 'அமரன்' திரைப்படத்தின் மூலமாக வேறொரு பரிமாணத்தை காட்டியிருந்தார்.

அமரன் திரைப்படத்தில் ராணுவத்தில் பணிபுரிந்து தீவிரவாதி களின் துப்பாக்கி சூட்டில் மரணமடைந்த முகுந்த் வரதராஜனின் உண்மை கதையில் எதார்த்தமாக சிவகார்த்திகேயன் நடித்திருந்தார்.

பல வாரங்களாக இந்த திரைப்படம் திரையரங்குகளில் வெற்றிகர மாய் ஓடி 300 கோடி வசூல் செய்து சாதனை படைத்திருக்கிறது.

●

## 4. ஒரு நடிகன் பிறக்கிறானா? உருவாகிறானா?

**ஒ**ரு நடிகன் என்பவன் பிறவியிலேயே நடிப்பு திறன் கொண்டிருக்கிறானா அல்லது சந்தர்ப்ப சூழ்நிலை அவனை ஒரு நடிகனாக உருவாக்குகிறதா என்கிற கேள்வி நம்முள் எழலாம். ஒரு சில நடிகர்கள் பிறவி கலைஞர்கள் என்கிற வரையறைக்குள் வருகிறார்கள். அதில் நம் தோன்றுவது உலகநாயகன் கமல்ஹாசன் எனும் பிறவி கலைஞன். அதற்கு அவருக்கு மேடை அமைத்து கொடுத்தது களத்தூர் கண்ணம்மா. இந்த படத்தில் நடித்ததற்கு அவருக்கு சிறந்த குழந்தை நட்சத்திரத்திற்கான ஜனாதிபதி விருது கிடைத்தது. அதனை தொடர்ந்து அவர் மேலும் ஐந்து படங்களில் குழந்தை நட்சத்திரமாய் நடித்துள்ளார் என்பது வேறு விஷயம்.

விளையும் பயிர் முளையிலேயே தெரியும் என்பதற்கு இணங்க தமிழ் திரைக்கு ஒரு நாயகன் வருவான் என்கிற விஷயம் 1960 களிலேயே தெரிந்திருக்கிறது. இதுபோன்ற வாய்ப்பு எல்லோருக்கும் அமைந்து விடுவதில்லை. என்னதான் ஒருவருக்கு இளமை பருவத்திலேயே கலைத்துறையில் ஆர்வம் இருந்தாலும் அதற்கான திறமை இருந் தாலும் சூடுவதற்கு இடமில்லாமல் வாடி விடும் பால்ய கால

காதலை போல எத்தனையோ இளமை கலைஞர்களின் கலைத்துறை கனவு கருகி போய்க் கொண்டிக்கிறது. காரணம் ஒவ்வொருவரின் குடும்பச் சூழல் ஒவ்வொரு விதமாய் இருக்கும். ஒரு போலிஸ் அதிகாரி தனது மகன் படித்து ஒரு கௌரவமான தன்னைவிட ஒரு உயர்ந்த பதவிக்குதான் செல்ல வேண்டும் என்று விரும்புவார். அவரைப் பொறுத்த வகையில் அதில் ஒன்றும் தவறில்லை. காரணம் அவர் உலகம் வேறு. எந்த ஒரு மகனுமே தந்தையின் எதிர்பார்ப்பின் படி இருக்க முடியாது போவதை நாம் கண்கூடாக கண்டு வரு கிறோம். காரணம் மகனின் உலகம், சுற்றுச்சூழல், அவருக்குள் ஒளிந்திருக்கும் தனிப்பட்ட திறமை தந்தையின் எதிர்பார்ப்பிற்கு இடம் கொடுக்காது. அவனுக்குள் ஒளிந்து கொண்டிருக்கும் உணர்வும், திறமையும் அவனை ஒரு பாதையை நோக்கி வழி நடத்தும். அந்த மகனை ஆட்டுவிக்கும் மற்றும் அது காண்பிக்கிற பாதையில் தான் அவனால் பயணிக்க முடியும்.

சிவகார்த்திகேயன் சித்தப்பா ஒரு பேட்டியில் கூறும்போது, தன்னுடைய அண்ணனின் லட்சியம் சிவாவை ஒரு ஐபிஎஸ் ஆபிசர் ஆக்கி பார்க்க வேண்டும் என்பதே என்று கூறி இருக்கிறார். அதனை மீறி அவரின் வீட்டில் ஒரு நிகழ்ச்சி அரங்கேறி இருக்கிறது. அது தான் சிவாவின் தந்தை மரணம். அந்த விபத்து சிவாவின் வாழ்க்கையை தலைகீழாக்கி போட்டது கலைத்தொடர்பு வாயிலாக. ஏற்கனவே சிவா உள்ளத்தில் ஒளிந்திருக்கும் மிமிக்ரி என்னும் திறமை அவரை விஜய் தொலைகாட்சி கதவை தட்ட வைத்திருகிறது. அங்கு அவருக்கு அவரின் திறமைக்கு ஏற்ற தீனி கிடைத்து தம்மை நிரூபிக்க வாய்ப்பு அமைந்தது. சிவகார்த்திகேயன் பங்கெடுத்த தொலைக்காட்சி நிகழ்ச்சிகள் 'அது இது எது', 'சூப்பர் சிங்கர் ஜூனியர்', 'ஜோடி நம்பர்1', 'சூப்பர் சிங்கர்', 'கிங்ஸ் ஆஃப் காமெடி'. இந்த நிகழ்ச்சிகள் சிவகார்த்திகேயனுக்கு சினிமாவில் நுழைய ஒரு விசிட்டிங் கார்டாக அமைந்தது. அவரின் இயல்பான மேனரிசமான டைமிங் காமெடி அவருக்கு சினிமாவுக்கான ஒரு படிகட்டாகவும் அமைந்தது. இந்த வகையில் தான் தமிழ் திரைக்கு ஒரு வித்தியாசமான நாயகன் உருவாகி வந்தான்.

## 5. சினிமாவின் முதற்படிகட்டு மெரினா

**மெ**ரினா என்று கூறும்போது நமக்கு நினைவுக்கு வருவது உலகின் இரண்டாவது பெரிய கடற்கரை. அதனை கடந்து இன்னொரு சிறப்பம்சமும் மெரினாவிற்கு உண்டு. அது 1965 இந்தி எதிர்ப்பு போராட்டத்திற்கு பிறகு 2017ல் தமிழகம் கண்ட ஒரு மாபெரும் போராட்டம் அரங்கேறிய இடம் மெரினா. தமிழரின் பாரம்பரிய வீர விளையாட்டான ஜல்லிக்கட்டுக்கு தடையை எதிர்த்து தமிழர்கள் குவிந்த போராட்ட களம் மெரினா. அந்த மெரினா தமிழர்களுக்கு ஒரு அடையாளத்தை கொடுத்தது என்றால் அதே மெரினா சிவகார்த்திகேயனுக்கும் ஒரு அடையாளத்தை கொடுத்தது.

'பசங்க' பட இயக்குனர் பாண்டிராஜ் இயக்கிய 'மெரினா' திரைப்படம் சிவாவிற்கு ஒரு அறிமுகத்தையும் கொடுத்தது, அடையாளத்தையும் கொடுத்தது. சினிமாவிற்கான முதல் படிக்கட்டாக மெரினா அமைந்தது. இயல்பாகவே அவருக்குள் வாசம் செய்து வரும் நகைச்சுவை உணர்வை வெளிபடுத்த அவர் கையாளும் டயலாக் டெலிவரி டெக்னிக் மற்றும் அவருக்கே உரித்தான உடல் மொழி

மற்றும் தான் கூறும் ஜோக்கை ரசிகர்கள் சிரிக்கும் முன்பே தான் சிரித்துவிடும் உத்தி எல்லாம் மெரீனாவிலிருந்து ஆரம்பமானது என்று சொல்லலாம். ஒரு பேட்டியில் தான் சின்னத்திரையில் இருந்து வெள்ளி திரைக்கு சென்றபோது அங்கு நிலைமை வேறுவிதமாக இருந்து இருந்தது என்றும், வெள்ளி திரைக்கு வந்த நடிகர்களை கேட்டுப் பாருங்கள் அவர்கள் என்னுடைய வலி வேதனையை சொல்லுவார்கள் என்றும் பகிர்ந்திருக்கிறார்.

பொதுவாகவே சினிமா துறைக்கு என்று ஒரு தனிப்பட்ட கலாச்சாரம் இருக்கிறது. ஒருவர் புதியதாய் சினிமா துறைக்கு நுழைகிறார் என்றால் ஏற்கனவே அந்த துறையில் இருப்பவர்கள் புதியதாய் வந்தவர்கள் மீது ஒரு விதமான ஏளனப் பார்வையை பிரயோகப்படுத்துவர். சாடைமாடையாய் விமர்சன அம்புகள் அவர்களை தாக்கும். இது நடிகர் திலகத்திற்கும் நிகழ்ந்திருக்கிறது, சூப்பர் ஸ்டார் ரஜினிகாந்திற்கும் நிகழ்ந்திருக்கிறது. சிவாஜியின் முகம் குதிரை முகம் போன்று இருக்கிறது என்று ஏளனம் செய்து முதல் படம் 'பராசக்தி' பாதியிலேயே நிறுத்தப்பட்டு வேறு ஒரு நடிகரை கொண்டு படத்தை தொடர முயன்ற காட்சிகள் எல்லாம் அப்போது அரங்கேறின. பிறகு அவர் தம்மை யாரென்று நிரூபித்து திரை உலகையே வாய் பிளக்க வைத்தார் என்பதெல்லாம் வரலாறு. அதைப்போல ரஜினி பதினாறு வயதினிலே படம் நடித்து ஓரளவு அறிகிற நடிகனாகிறபோது ஒரு தயாரிப்பாளர் அவருக்கு தமது படத்தில் நடிக்க வாய்ப்பு தருகிறார். அதனை தொடர்ந்து அவர் படப்பிடிப்பு தளத்திற்கு செல்கிறார். அவருக்கு மேக்கப் போடப்படு வதற்கு முன்பு ரஜினி அவரிடம் நடிப்பிற்கான முன்பணம் கேட்கிறார். அதற்கு தயாரிப்பாளர், பணம் பிறகு தருவதாக கூறுகிறார். அதற்கு ரஜினி ஒத்துக் கொள்ளவில்லை. பணம் கொடுத்தால் தான் மேக்கப் போடுவேன் என்று கூற, உடனே கோபத்தில் அந்த தயாரிப்பாளர் உனக்கு வேசம் கிடையாது, கிளம்பு என்று கூறுகிறார். அதற்கு ரஜினி, 'அப்படி என்றால் என்னை எப்படி காரில் அழைத்து வந்தீர்களோ அப்படியே காரில் கொண்டு போய் விட்டு விடுங்கள்' என்று கூற அதற்கும் ஒத்து வராத தயாரிப்பாளர், 'அதெல்லாம் முடியாது. நீ நடந்தே போ' என்று

கூறுகிறார். ரஜினி தன்னிடம் பணம் இல்லாமல் வடபழனியிலிருந்து கிளம்பி கோடம்பாக்கம் பாலத்தின் மீது நடந்தே சென்று இருக்கிறார். அப்போது பஸ்ஸில் அவரை கடந்து சென்றவர்கள் எல்லாம் ரஜினியை பார்த்து பதினாறு வயதினிலே படத்தில் அவரின் பன்ச் டயலாக்கான ‘இது எப்டி இருக்கு’ என்று கம்மென்ட் அடித்து சென்றதாக ரஜினியே ஒரு நிகழச்சியின் போது கூறினார்.

கோடம்பாக்கத்திற்கு என்று பல முகங்கள் உண்டு. கிண்டல், கேலி, பொறாமை, காலை வாரி விடுதல், ஏளனமாய் பேசுதல் என்று அடுக்கி கொண்டே போகலாம். இதனையெல்லாம் கடந்து தான் ஒருவர் அங்கு கால் ஊன்ற முடியும். அவர்களை பொறுத்தவரை புதியவர்கள் எவரும் வரக்கூடாது, அதுவும் சிவகார்த்திகேயன் போன்ற சினிமா பின்னணி இல்லாத ஒருவர் சினிமாவுக்குள் வருவதை அங்குள்ளவர்களால் ஒரு போதும் பொருத்துக் கொள்ள முடியாது.

சினிமா துறை என்பது நாடகத்துறையிலிருந்து வந்த ஒன்று என்பதால் அங்கு சாதி உணர்வு, குரு சிஷ்யன் உணர்வு, வாரிசு அரசியல் எல்லாம் மிதமிஞ்சி இருக்கும். அந்த ஒரு துறையில் சிவகார்த்திகேயன் போன்ற எந்த ஒரு சினிமா பின்னணியும் இல்லாத குடும்பத்தில் இருந்து வந்த ஒருவர் இந்த ஒரு எல்லையை தொட்ட்ிருப்பது என்பது எளிதான காரியமில்லை. முழுக்க முழுக்க அவரின் அர்ப்பணிப்பு, ஓயாத உழைப்பு ஒன்று தான் அவரை இந்த ஒரு இடத்திற்கு வர வைத்திருக்கிறது என்று சொல்லலாம்.

கேரளாவிலும் சினிமா துறையில் வாரிசு அரசியல் ஓடிக் கொண்டிருக்கிறது. மம்முட்டி மகன் துல்கர் சல்மான் மற்றும் மோகன்லால் மகன் நடிகர் பிரணவ், நடிகரும் இயக்குனருமான சீனிவாசனின் மகன் வினீத் சீனிவாசன் மற்றும் தியான் சீனிவாசன். இதில் வினீத் திரைப்பட இயக்குனர் அவரின் சகோதரர் தியான் நடிகர். வர்ஷங்களுக்கு சேஷம் என்கிற சமீபத்து மலையாள திரைப்படம் வினீத் இயக்கி பிரணவும் தியானும் நடித்த படம். இது ஒரு இயக்குனர் பற்றிய படம். இந்த படத்தில் நிவின்பாலி என்கிற பிரபல மலையாள நடிகர் நடித்திருப்பார். ஒரு கதாநாயகன்

வேசத்தில். இந்த படத்தின் கதைப்படி இவர் ஒரு கதாநாயகன் வேசத்தில் நடித்திருப்பார். அப்போது போதையில் தன் நடிப்பை விமர்சனம் செய்யும் நபர்களை பற்றி போதையில் சகட்டுமேனிக்கு திட்டுவார். அவனுடைய அப்பா சினிமாவில் அதை தொடர்ந்து அவனின் மகனும் சினிமாவுக்கு வருகிறார். நான் தனியாளாய் இந்த சினிமாவுக்கு வந்து சாதித்தவன். ஒரு தனியாளாய்... ஒரு தனியாளாய் நான் இந்த துறைக்கு வந்தவன் என்று ஆவேசத்தில் மறுபடி மறுபடி உரக்க கத்தி பேசுவார். இந்த போதையில் உளறிய விசயத்தை அவரின் நண்பர் ஒருவர் செல்போனில் பதிவு செய்து கேரளா முழுக்க பரப்பி விட்டு வைரலாக்கி விடுவார்.

இந்த காட்சியை அந்த வாரிசு இயக்குனர் வேண்டுமென்றே நிவின்பாலிக்காக அந்த படத்தில் வைத்திருப்பார். இதை இங்கே குறிப்பிட காரணம், எந்த விதமான சினிமா பின்னணியும் இல்லாமல் சினிமாவுக்கு வருகிறவர்கள் மனக்குமுறல் இந்தக் காட்சி மூலம் வெளிப்படும். பெரும்பாலான சினிமா பின்னணி இல்லாத குடும்பத்திலிருந்து சினிமாவுக்கு வரும் புதியவர்களிடம் இது போன்ற குமுறல்கள் இருக்கத்தான் செய்யும். இதை சிவா பட்டும் படாமல் கூறி இருக்கிறார்.

●

## 6. ஒரு நாயகன் உருவாகிறான்

ஒரு நடிகனை உருவாக்குவது சிறந்த கதையே. ஒரு சிறந்த கதை தான் அந்த அறிமுக நடிகனுக்கு ஒரு விலாசத்தை கொடுக்கும். சிவாஜிக்கு பராசக்தி போன்று ரஜினிக்கு பதினாறு வயதினிலே போன்று என்று அடுக்கி கொண்டே போகலாம். ஒரு சிறந்த கதை தான் நாயகனுக்கு தன்னுடைய திறமையை வெளிப்படுத்த மேடையாய் அமையும். சினிமா துறைக்கு வாசல்களை திறந்து கொடுக்கும். அப்படி அமைந்த படங்கள் தான் மெரினா. எப்போதுமே ஒரு அழுத்தமான கதையம்சத்தை கையாளும் பாண்டிராஜ் இந்த படத்திலும் ஒரு ஆழமான கதைக்களத்தை நம்முன் படைத்துள்ளார். மெரினா கடற்கரையை தொட்டிராத தமிழ் கால்கள் இருக்க முடியாது. அந்த கடற்கரை மணலை மட்டும் நாம் மிதித்து விட்டு திரும்பவில்லை. உடன் தவறாமல் கடல் நீரையும் நமது கால்கள் ஸ்பரிசித்து தான் திரும்பும். வந்த களைப்பு தீர நாம் அமர்ந்து ஆயாசமாய் இருக்கையில் சுண்டல் விற்கும் சிறுவர்கள் நம்மை கடந்து போவார்கள். அதை வாங்க சொல்லி வற்புறுத்துவார்கள். அதுவெல்லாம் நமது தனிமையை மன நிம்மதியை கெடுப்பதாகவே இருந்திருக்கும். இயக்குனருக்கும் இதுபோல ஒரு அனுபவம்

ஏற்பட்டிருக்க வேண்டும். அதனை சற்று வித்தியாசமாய் அணுகி அந்த பள்ளிகூட வயதிற்கு செல்ல வேண்டிய வயது சிறுவர்களை பற்றி சிந்தித்து இருக்கிறார். அவர்களோடு உரையாடி இருக்கிறார். அதன் மூலம் உருவானது தான் மெரினா திரைப்படம். காதலியோடு காற்று வாங்க கடலை போட கடற்கரைக்கு செல்கிற நாயகன் தமது தனிமையை கெடுக்கும் அந்த சிறுவர்கள் மீது ஒரு கனிவான பார்வை விழுகிறது. அந்த சிறுவர்களை கல்வி கற்க வைத்தால் என்ன என்று தோன்றுகிறது. நாயகன் சிவகார்த்திகேயனுக்கு அமைந்த முதல் படமே ஒரு ஆழமான சமூக அக்கறை கொண்ட படமாக அமைந்து விட்டது.

சிவகார்த்திக்கேயனுக்கு சினிமாவுக்கான ஆத்திச்சூடி இவ்வாறு மெரீனா மூலம் எழுதப்பட்டது என்று கூறலாம். 2012ல் வெளிவந்த இந்த படம் ஒரு அடையாளத்தை கொடுத்ததால் அதிலிருந்து சிவாவின் வாகனம் டாப் கீரில் பயணிக்க ஆரம்பித்தது. சிவா ஒரு கியாரிண்டி தரக்கூடிய நாயகனானதால் அதே வருடம் அவருக்கு மேலும் மூன்று படங்கள் வரப்பிரசாதமாக அமைந்தது. அதில் ஒன்று மனம் கொத்தி பறவை மற்றும் கேடி பில்லா கில்லாடி ரங்கா. அதனை தொடர்ந்து 2013 அவருக்கு சினிமா உலகில் ஒரு திருப்பு முனையாய் அமைந்த தமிழகத்தையே திரும்பி பார்க்க வைத்த படம் 'வருத்தபடாத வாலிபர் சங்கம்'. வருத்ததோடு தியேட்டருக்கு செல்பவர்கள் வாய் விட்டு சிரித்து விட்டு வரக்கூடிய படம் இது. தமிழகத்தின் பட்டிதொட்டியெங்கும் சிவகார்த்திகேயன் அறியப் பட்டார். உலக அவரின் திரையுலக வாழ்க்கையில் முதல் மகுடம் இந்த படம் மூலம் அமைந்தது.

இதே பாணியில் ரசிகனை சிரிக்க வைக்க பொழுதுபோக்கு நிறைந்த படங்களாய் மான் கராத்தே (2014) ரஜினிமுருகன் (2015) சீமராஜா (2018) போன்ற படங்கள் அமைந்தன. இதனை கடந்து குடும்ப செண்டிமெண்ட் கதை என்று கூறும்போது நம்ம வீட்டு பிள்ளை (2019) பற்றி குறிப்பிட்டு சொல்லியாக வேண்டும். ஒரு கூட்டு குடும்பத்தில் உடன் பிறந்த சகோதரிகள் இருக்க அவர்களின் தம்பி பாசம் அக்காள்கள் மீது தம்பியின் பாசம் என்று நமது குடும்பத்தில் நிகழ்கிற நிகழ்வை அந்த படம் வெள்ளி திரையில் காண்பித்தது.

எந்த ஒரு நாயகனுக்குமே ஒரு சவாலான வேசம் பெண் வேச கதாபாத்திரத்தில் நடிப்பது என்பது. கமல் நடித்த அவ்வை சண்முகியை நம்மால் இன்று வரை ரசித்து பார்க்க முடியும். இது போன்ற ஒரு வாய்ப்பு சிவாவிற்கும் வைத்தது ரெமோ (2016) ஒரு பெண் நர்ஸ் வேடத்தில் சிவகார்த்திகேயன் கலக்கி இருப்பார்.

**காமெடி நாயகன் காக்கிசட்டை மிடுக்கில்**

நகைச்சுவை வேடங்களையே ஏற்று நடித்து, ஒரு இலகுவான உடல் மொழியை வெளிப்படுத்தி வந்திருக்கும் ஒரு நாயகன் திடுமென விறைப்பு கொண்ட காக்கி சட்டை அணிகிற போலீஸ் வேடத்தை ஏற்று நடிப்பது என்பது ஒரு விதமான உருமாற்றம் அடைதல் என்று தான் சொல்ல வேண்டும். அவரின் அந்த வேறு விதமான உடல் மொழி கொண்ட புதிய தோற்றத்தை காக்கி சட்டை (2014) படத்தில் காண முடிந்தது. ஒரு மிடுக்குத் தனம் ஒரு விறைப்பு தனமான ஒரு புதிய நாயகனை காக்கி சட்டை தமிழ் ரசிகனுக்கு காண்பித்தது. மருத்துவமனைகளில் உடல் உறுப்பு திருட்டு பற்றிய பதிவு அந்த படம். அதனை புலனறிந்து வெளிக்கொண்டு வருகிற ஒரு கிரைம் எஸ்ஐ வேடம் சிவாவிற்கு. முழுக்க முழுக்க விறைப்பு

போலீசாக இருந்தால் ரசிகனுக்கு போரடித்து விடும் என்று ஆரம்ப காட்சிகளில் அவரின் மாமூல் ரக காமெடியை கையாண்டிருப்பார் காதல் கைகூடும் வரை. பிறகு அவர் ஒரு நிஜ ஹீரோவாக உருமாற்றம் அடைந்து வில்லன்களை கண்டுபிடிப்பதில் தீவிரம் காண்பிக்கிறார். சண்டை காட்சிகளிலும் அவர் ஒரு நிஜ ஹீரோவாக மிளிர்கிறார். அதுபோலவே ரெமோ படத்திலும் ஒரு நர்ஸ் வேடத்தில் நாயகி யுடன் நடந்து வரும்போது வில்லன் குறுக்கிட அப்போது சென்று மறைகிற சிவா திரும்புகையில் ஒரு புதிய அவதாரமெடுத்து நிஜ ஹீரோவாக தோன்றி வில்லனை நய்யபுடைப்பதை நாம் காண லாம்.

ஒருவர் ஒரு பெண் வேடமேற்று நடிக்கும்போது அப்போது ஒருவித மன நிலையில் உடல் மொழியை உள்வாங்கி இருப்பார். அதன் பாதிப்பு அந்த படத்து படப்பிடிப்பு முழுக்க இருக்கும் அவரின் உடல்மொழி எல்லாமே சற்று மென்மைத்தனத்துடன் இருக்கும். அதன் பாதிப்பிலிருந்து அந்த நாயகனால் அவ்வளவு எளிதில் மீண்டு வர முடியாது. ஆனால் சிவகார்த்திகேயனிடம் அந்த பாதிப்பை பார்க்க முடியவில்லை. ஒரே படத்தில் மிகவும் வேகமாக அதன் பாதிப்பிலிருந்து மீண்டு வந்து சகஜ நிலைக்கு வந்திருப்பது அவரின் அர்ப்பணிப்பு உணர்வையே வெளிப்படுத்துகிறது. இது அவரின் தனிச்சிறப்பு என்றும் கூறலாம்.

**சிவாவின் சமூக உணர்வு படங்கள் :**

காக்கிசட்டை ஒரு ஆக்சன் படம் என்றாலும் அதன் கரு மனித உறுப்பு திருட்டு சம்பந்தமான கதையாகும். இதிலிருந்து சிவாவின் சமூக உணர்வு படங்களின் வரிசை தொடங்குகிறது. இதனை தொடர்ந்து 2021ல் வெளிவந்த டாக்டர் படமும் கிட்டத்தட்ட இதே உடல் உறுப்பு திருட்டு சம்பந்தப்பட்ட கதையே ஆகும். காமெடி ஆக்சனை தொடர்ந்து டாக்டர் படம் வேறு ஒரு சிவகார்த்திகேய னாக அவதாரம் எடுத்திருப்பார். எந்தவித ஆரவாரமின்றி கவுண்டர் காமெடி கொடுக்காமல் அமைதியான கம்பீரமான நாயகனாக வலம் வந்திருப்பார். இதற்கு அடுத்து அவரின் சமூக உணர்வு படம் என்றால் அது வேலைக்காரன் (2017) படத்தை கூறலாம். மோகன் ராஜா இயக்கிய இந்த திரைப்படம் பொது மக்களின் நலனில் அக்கறை கொண்ட படம்.

குப்பத்தில் வசிக்கும் அறிவு (சிவகார்த்திகேயன்) தங்கள் பகுதியில் ஒரு சமூக வானொலி ஒன்றை நடத்தி வருகிறார். அதே குப்பத்தைச் சேர்ந்த காசி (பிரகாஷ் ராஜ்) அடிதடி, காசுக்காக கொலை செய்வது என செயல்படுவதால், அந்தப் பகுதி இளைஞர்களும் அவரிடம் சேர்ந்து வேலை பார்க்கிறார்கள். தன் வானொலி மூலம் அந்த இளைஞர்களை மீட்க நினைக்கிறார் அறிவு. ஆனால், காசியால் அந்த வானொலி மூடப்பட, மிகப் பெரிய உணவுப் பொருள் தயாரிப்பு நிறுவனத்தில் மார்க்கெட்டிங் பணியில் சேர்க்கிறார். ஆனால் அங்கு தயாரிக்கப்படும் உணவுகள் புற்றுநோய் உள்ளிட்ட நோய்களை ஏற்படுத்துகின்றன என்று தெரிந்ததும், அறிவு எடுக்கும் நடவடிக்கைகள்தான் மீதிப்படம்.

அதிகம் விற்பனையாகும் பாக்கெட் உணவுப் பொருட்களின் விற்பனைக்குப் பின்னால் உள்ள அரசியல், உடல்நலக்கேடு ஆகியவற்றை பின்னணியாக வைத்து ஒரு திரைப்படத்தை எடுப்பதே ஒரு துணிச்சலான முயற்சிதான். அதில் நடிப்பது என்பது அதனை விட துணிச்சலான காரியம். அதிலும் படம் நெடுக, அந்தப் பொருட்கள் ஏற்படுத்தக்கூடிய அபாயத்தைப் பற்றிப் பேசுவதும் இந்தப் படத்தின் மிக முக்கியமான அம்சம்.

ஒரு வளர்ந்து வரும் கதாநாயகன் சர்ச்சை நிறைந்த படங்களில் தலையிட மாட்டார். தனது இமேஜ் பாதிக்கும் பட வாய்ப்புகள் பாதிக்கும் என்பதால் சிக்கலான அம்சங்களை கொண்ட படங்களில் நடிக்க தயங்குவார். ஆனால் சிவா இந்த படத்தில் நடித்ததன் மூலம் தனது சமூக உணர்வை வெளிப்படுத்தி இருக்கிறார் என்று தான் சொல்ல வேண்டும். மக்களின் அத்தியாவசிய உணவு தேவையை பூர்த்தி செய்யும் ஒரு மிகப்பெரிய நிறுவனத்தை மறைமுகமாய் கை காட்டி காண்பித்து தனது ரசிகனுக்கு எச்சரிக்கை மணி அடித் துள்ளார் சிவகார்த்திகேயன்.

ஒரு சமூக அக்கறை கொண்ட படத்தை தயாரிக்க ஒரு தயாரிப்பாளர் முன்வரலாம். அவருக்கு ஒரு பாராட்டு அவசியம் உண்டு. அந்த படத்தை இயக்கிய இயக்குனருக்கும் கண்டிப்பாக பாராட்டியாக வேண்டும். இவர்கள் இருவரும் இத்தகைய படத்தை தயாரிக்க துணிந்தும் இவர்களின் கனவை நிறைவேற்ற மேடையேற்ற ஒரு நாயகன் முன் வரவேண்டும். சிவகார்த்திகேயன் முன் வந்துள்ளார். இதுபோன்ற கதாபாத்திரத்தை வேறு வளர்ந்து வரும் இளம் நடிகர் துணிந்து ஏற்று நடித்திருப்பாரா என்பது சந்தேகமே. இந்த ஒரு துணிச்சல் செயலுக்காக சிவாவுக்கு சிறப்பு பூங்கொத்து கொடுக்கலாம்.

வேலைக்காரன் திரைப்படத்திற்கு அடுத்த வலிமையான கதா பாத்திரம் கொண்ட படம் மாவீரன் (2023)

கதாநாயகன் நாளிதழ் ஒன்றில், படக்கதை வரைகிற வேலை பார்க்கிறார், பயந்த சுபாவம் கொண்ட சத்யா (சிவகார்த்திகேயன்) எதையும் அட்ஜஸ்ட் பண்ணி வாழணும் என்ற கொள்கையுடைய அவர், தனது அம்மா, (சரிதா) சகோதரி (மோனிஷா)வுடன் குடிசை பகுதியில் வாழ்ந்து வருகிறார். அங்கு வசிப்பவர்களுக்கு அடுக்கு மாடி குடியிருப்பு கட்டியிருப்பதாகக் கூறி அப்புறப்படுத்துகிறது அரசு. ஊழலால் கட்டப்பட்ட அந்தக் குடியிருப்பின் சுவரில் கை வைத்தால் பெயர்ந்து விழுகிறது. எங்கெங்கும் கீறல். அதிர்ச்சி அடைகிறார்கள் மக்கள். இந்த ஊழலுக்குப் பின்னால் அமைச்சர் ஜெயக்கொடி (மிஷ்கின்) இருக்கிறார் என்பது தெரிந்தும் எதுவும் செய்ய முடியாமல் இருக்கிறார் சத்யா.

ஒரு கட்டத்தில் அம்மாவின் வசை சொல் தாங்காமல் தற்கொலைக்கு சத்யா முயல, அவர் காதில் ஓர் குரல் வந்து பேசுகிறது. அந்தக் குரல் பயம் கொண்ட சத்யாவை பலம் கொண்டவனாக எப்படி மாற்று கிறது என்பதும், அந்தப் பலத்தால் அவன் மக்களை எப்படி காப் பாற்றுகிறான் என்பதும் மீதிக்கதை. நாயகனான சிவகார்த்திகேயன், வழக்கமான சாகச நாயகத்தன்மை அற்ற கதாபாத்திரத்தில் நடிக்க ஒப்புக் கொண்டதற்காகவே அவரைப் பாராட்டலாம். பயந்த சுபாவத்தையும் அப்பாவியின் உடல் மொழியையும் கச்சிதமாக வெளிப்படுத்தியிருப்பதில் ஒரு நடிகராகவும் பல மடங்கு முன்னேறி யிருப்பதை காண முடிகிறது. கிளைமாக்ஸில் பாதுகாப்பற்ற வீட்டில் குடியிருப்பில் வசிப்பதை சுட்டிக்காட்டி 'இந்த வீட்டுல நீ தங்கு வியா?' என்று மிஷ்கினிடம் கேட்கிற ஆவேசத்தில் சிவாவின் நடிப்பு அனல் தெறிக்கிறது. வேலைக்காரனிலும் அப்பாவி அடித்தள மக்கள் பக்கம் நின்று குரல் கொடுத்தார். அதுபோலவே மாவீரன் படத் திலும் சிவா அடித்தள மக்கள் பக்கம் நின்று அவர்கள் நலனுக்காக வாதாடுகிறார்.

**தேசத்தை பாதுகாக்கும் இராணுவ வீரன் சிவா**

கமல்ஹாசன் தயாரிப்பில் சிவகார்த்திகேயன் நடிப்பில் அண்மையில் வெளிவந்துள்ள திரைப்படம் அமரன். ராணுவத்தில் வீர மரணமடைந்த மேஜர் முகுந்த் வரதராஜன் வாழ்க்கையை மையமாகக் கொண்டு உருவாகியுள்ள இந்த திரைப்படத்தை பல அரசியல் தலைவர்கள், பிரபலங்கள் கொண்டாடி வருகின்றனர். அசோக் சக்ரா விருது பெற்ற மேஜர் முகுந்தன் வரதராஜனின் வாழ்க்கை, அவரது வீரம் மற்றும் மரணத்தையும் எதிர்கொண்ட துணிச்சல் ஆகியவற்றை படத்தின் ஒவ்வொரு பிரேமிலும் உணர முடிகிறது. இதற்காக, இப்படத்தின் இயக்குனரும், எழுத்தாளரு மான ராஜ்குமார் பெரியசாமி நிறைய ஆராய்ச்சி செய்து காட்சிகளை திறம்பட அமைத்துள்ளார்.

இந்தப் படம் தமிழ்நாட்டைச் சேர்ந்த மாபெரும் போராளிக்கு செலுத்தப்படும் ஒரு உண்மையான அஞ்சலி ஆகும். மேஜர் முகுந்தனின் வாழ்க்கையை மிகச் சிறப்பாக மறு வடிவமைத்தார் இயக்குனர் ராஜ்குமார். நடிகர் சிவகார்த்திகேயன் தன்னை இன்னும் மெருகேற்றிக் கொண்டு மேஜர் முகுந்தன் கதாபத்திரத்தில் கட்சித மாக பொருந்தியுள்ளார். இது அவரது கேரியரில் மிகச்சிறந்த நடிப் பாக அமையும். இது அவருக்கு பல விருதுகளையும், அங்கீகாரத்தை யும் பெற்றுத் தரும் என்பதில் யாதொரு ஐயமுமில்லை.

சென்னையில் நடுத்தரக் குடும்பத்தில் பிறந்த முகுந்த் வரதராஜன் (சிவகார்த்திகேயன்) ராணுவத்தில் சேர விரும்புகிறார். அவருடைய அம்மா கீதாவுக்கு (கீதா கைலாசம்) அதில் விருப்பமில்லை. ஆனால் முகுந்துக்கு துணை நிற்கிறார், காதலி இந்து ரெபெக்கா (சாய் பல்லவி). ராணுவத்தில் சேர்ந்து காஷ்மீர் செல்லும் முகுந்த், கேப்டன், மேஜர் போன்ற உயர் பதவிகளை அடைகிறார். முகுந்துடனான காதலை இந்துவின் பெற்றோர் எதிர்க்க, அதைச் சமாளித்து அவர்களின் சம்மதத்துடன் திருமணம் செய்து கொள் கிறார். இவர்களுக்குப் பெண் குழந்தை பிறக்கிறது. ராஷ்ட்ரிய ரைஃபிள்ஸ் 44 படைக்குத் தலைவராக நியமிக்கப்படும் முகுந்த், தெற்கு காஷ்மீரில் தீவிரவாதத்துக்கு எதிரான போரில் வீரமரணம் அடைவதுதான் படம்.

காஷ்மீரில் தீவிரவாதிகளுக்கு எதிரான போரில் உயிர்நீத்த மேஜர் முகுந்த் வரதராஜனின் வாழ்க்கை சம்பவங்களை வைத்து இந்தப் படத்தை இயக்கியிருக்கிறார் ராஜ்குமார் பெரியசாமி. அறியப்பட்ட சம்பவங்களை வைத்து படங்கள் எடுக்கப்படும்போது கதை தெரியும் என்பதால் இறுதிவரை சுவாரசியத்தைத் தக்க வைப்பது மிகப் பெரிய சவால். அதை அநாயாசமாகக் கையாண்டிருக்கிறார் ராஜ்குமார் பெரியசாமி. சிவகார்த்திகேயனுக்கு இது வாழ்நாள் கதாபாத்திரம். மிடுக்கான தோற்றம், கச்சிதமான நடிப்பு, சண்டைக் காட்சிகளில் கடுமையான உழைப்பு என முகுந்த் வரத ராஜனின் வீரத்தையும், தியாகத்தையும் உணர்த்துவதில் அபார வெற்றி பெற்றிருக்கிறார். நாட்டைப் பாதுகாக்கும் பணியில் உயிரைத் தியாகம் செய்த ஒரு ராணுவ மேஜரின் தியாகத்துக்கும் அதற்குத் துணை நின்ற குடும்பத்துக்கும் உரிய மரியாதை செலுத்தி யிருக்கிறான் இந்த 'அமரன்'.

சிவகார்த்திகேயனின் கேரியரை அமரனுக்கு முன் அமரனுக்குப் பின் எனப் பிரிக்கலாம் என்றே தோன்றுகிறது. 'வருத்தப்படாத வாலிபர் சங்கம், ரஜினி முருகன்' போன்ற படங்களில் நடித்த இவர் காக்கி சட்டை மூலம் ஒரு மிடுக்கான நாயகன் அவதாரம் எடுத்தார். அமரன் சிவாவை முற்றிலும் வேறு ஒரு தளத்திற்கு கொண்டு போய் விட்டது.

ராஜ்குமார் பெரியசாமி இயக்கத்தில் ராஜ்கமல் மற்றும் சோனி தயாரிப்பில் உருவான  படம் தான் அமரன். இது ராணுவ வீரர் முகுந்த் வரதராஜனின் வாழ்க்கை வரலாறு (பயோபிக்) என்று வந்துள்ளது. பொதுவாகவே ராணுவம் தொடர்பான படங்கள் மிகைப்படுத்தலான கதையமைப்பால் எடுக்கப்பட்ட ஒன்று. அதுவும் தமிழில் தேசபக்திப் படங்கள் என்றால் அர்ஜுனும், கேப்டனும் தான். அப்படியிருக்கையில் ஒரு வளர்ந்து வரும் இளம் நாயகனின் மீது ஒரு சீனியர் நடிகர்கள் நடிக்க வேண்டிய ஒரு பெரும் சுமைமிக்க கதாபாத்திரத்தை சிவகார்த்திகேயன் முதுகில் சுமந்து பயணித்துள்ளார். நம்மிடையே வாழ்ந்து மறைந்த ஒரு ராணுவ வீரரின் கதையை அவரது மனைவியின் பார்வையில் தந்துள்ளார் இயக்குநர் ராஜ்குமார் பெரியசாமி. மேஜர் முகுந்தின்

மனைவி இந்து ரெபெக்காவாகச் சாய் பல்லவி, 'இந்தக் கடலுக்கும் ஆகாயத்துக்கும் உள்ள தொடர்புபோல ஒரு தொலை தூர உறவு தான் எனக்கும் எனது கணவன் முகுந்திற்கும்' என்று ஆரம்பிக்கிறார்.

தொடர்ந்து விரியும் அவர்களது இளமைக் காலங்கள், கல்லூரி நிகழ்வுகள், பெரிய சம்பவங்களோ திடீர் திருப்பங்களோ இல்லாமல் அல்லது சங்கடங்களோ இல்லாமல் மிக இயல்பாக உருவாகும் காதல். அதற்கு ஒரு தரப்பு பெற்றோரின் ஆதரவு, மற்றொரு தரப்பில் எதிர்ப்பு என வளர்கிறது படம். தொடக்கத்தில் ஓர் அரை மணி நேரம் கதை இப்படித் தான் நகர்கிறது.

'மேடையேறுவதற்கு பயமென்றால், அதை உடைப்பதற்காக நாம் செய்ய வேண்டிய முதல் செயல் மேடை ஏறுவது தான்' என்று அவரை ஒரு ரேம்ப் வாக்கிற்காகத் தயார் செய்கிறார் சிவ கார்த்திகேயன். இந்த ஒரு சம்பவத்தில் இருவரும் தங்கள் வாழ்வு இப்படித்தான். இனிமேல் ஒன்றாகத்தான் என்று முடிவு செய் கிறார்கள். ராணுவத்தில் சேர்ந்து பணியாற்றுவதே எனது வாழ்வின் லட்சியம் என்று சொல்லும் முகுந்திற்கு அனைத்து விதங்களிலும் துணையாக இருக்கிறார் இந்து. மதங்களோ கடவுள் நம்பிக்கை களோ இவர்களுக்கிடையில் வருவதில்லை. சொன்னபடி ராணு வத்தில் சேர்கிறார். எல்லைப் பாதுகாப்பிற்கு முதலில் அனுப்பப் படும் முகுந்த் காஷ்மீரில் பணியாற்ற அழைக்கப்படுகிறார்.

காஷ்மீர் என்ன மாதிரியான இடம் என்று அனைவருக்கும் தெரிந் திருக்கும். இந்த கதை 1990 களில் நடக்கின்ற ஒன்று. இப்போதைக்கு முப்பது ஆண்டுகள் முந்தைய காஷ்மீர். தீவிரவாதிகள், கலகக்காரர் களின் கட்டுப்பாட்டில் இருந்த காஷ்மீர். அடுத்தடுத்து நிகழும் குண்டு வீச்சு, துப்பாக்கிச் சூடு, அப்படியொரு நிலையில் ராணுவம். அங்கு முகுந்த் எதிர்கொள்ளும் தீவிரவாதிகளும், தற்கொலைப்படைத் தாக்குதல்களும், காஷ்மீரின் பல்வேறு பகுதிகளில் நடக்கும் சண்டைகளை எப்படி காஷ்மீர் மக்களின் துணையுடன் முறியடிக் கிறார்கள் என்பதும் தான் கதை.

முகுந்த் வரதராஜனாகச் சிவகார்த்திகேயன், கல்லூரிப் பருவத்திலும் சரி, ராணுவத்தில் சேரும்போதும் சரி, மேஜராக வளர்ந்து நிற்கும்போதும் சரி அப்படியே கண் முன் வந்து நிற்கிறார். எந்த இடத்திலும் தனது வழக்கமான விளையாட்டுத்தனமான உடல் மொழியோ, வார்த்தை உச்சரிப்புகளோ வராமல் புகுந்து விளையாடியிருக்கிறார். மிடுக்கான நடையுடனும், பார்வையுடனும் கூடிய அவர் நடவடிக்கைகள் நம்மை ஆச்சர்யம் அடைய வைக்கிறது.

இவருக்குச் சற்றும் குறைவில்லாமல் மனைவி இந்து ரெபெக்காவாக வரும் சாய் பல்லவி, எந்த விதமான ஒப்பனையும் இல்லாமல் இவர்தான் உண்மையான ரெபெக்கா என்றால் கண்ணை மூடிக் கொண்டு நம்பலாம். அந்த அளவு மலையாளம் அல்லது மலையாளம் கலந்து தமிழ் பேசிக் கொண்டு உயிர்ப்புடன் அந்தப் பாத்திரத்தைச் செய்து காட்டியிருக்கிறார். காதலர்களாகவும், தம்பதியாகவும் இவர்கள் அவ்வளவு கச்சிதமாக நடித்துள்ளனர்.

இப்படம் வெளியான 3 நாட்களில் உலகளவில் ரூ.100 கோடி வசூலை ஈட்டியுள்ளதாக தகவல் வெளியாகியுள்ளது. அமரன்

திரைப்படம் விமர்சன ரீதியாக மட்டுமின்றி, வசூல் ரீதியாக உலக அளவில் மாபெரும் சாதனை படைத்து வருகிறது. அமரன் திரைப்படம் இந்த வருடம் வெளியான தமிழ் படங்களில் வேட்டையனை பின்னுக்கு தள்ளி வசூலில் இரண்டாம் இடம் பிடித்துள்ளது. முன்னதாக சிவகார்த்திகேயன் நடிப்பில் அதிக வசூல் செய்த படமாக 'டான்' 125 கோடி இடம் பெற்றது. இதனை அமரன் முறியடித்துள்ளது.

பிரபல சினிமா இணையதளம் சாக்னில்க் வெளியிட்டுள்ள தகவலின்படி அமரன் திரைப்படம் இந்திய அளவில் 218.6 கோடி வசூல் செய்துள்ளது. வெளிநாடுகளில் 76.75 கோடி வசூல் செய்துள்ளது. இதன் மூலம் அமரன் திரைப்பட வசூல் 300 கோடியை கடந்து இமாலய சாதனை படைத்துள்ளது. ராஜ்கமல் நிறுவனம் தயாரிப்பில் 'விக்ரம்' திரைப்படம் வசூலை அள்ளிய நிலையில், அதற்கு பிறகு 'அமரன்' திரைப்படம் அதிக லாபத்தை கொடுத்துள்ளது.

மேலும் ரஜினியின் 'எந்திரன்' பட வசூல் சாதனை (216 கோடி), விஜய்யின் 'பிகில்' (295.85), 'வாரிசு' (297.55) ஆகிய படங்களின் வசூலை அமரன் முறியடித்துள்ளது.

அமரன் தியேட்டர்களில் வெற்றிகரமாக ஓடுவதால் ஓடிடி ரிலீஸ் குறிப்பிட்ட தேதியிலிருந்து சற்று தள்ளி வைக்க தமிழ்நாடு திரையரங்க உரிமையாளர்கள் கோரிக்கை வைத்துள்ளனர் என்பதும் குறிப்பிடத்தக்கது. மேலும் அமரன் திரைப்படம் 350 கோடிக்கு மேல் வசூல் செய்து சாதனை படைக்கும் என எதிர்பார்க்கப் படுகிறது.

## 7. மனிதாபிமானி சிவகார்த்திகேயன்

சிவகார்த்திகேயன் சினிமா துறையை மட்டும் தேர்ந்தெடுக்காமல் சமூகப் பணிகளிலும் தன்னை ஈடுபடுத்தி வருகின்றார். ரசிகர்களை ஊக்குவிப்பதில் முன்மாதிரியாக திகழ்கின்றார். 2022ஆம் ஆண்டு போர்ப்ஸ் இந்தியாவின் 30 வயதிற்குட்பட்ட 30 பேர் பட்டியலில் சிவகார்த்திகேயன் இடம் பெற்றது அவரது சாதனைக்கு ஒரு எடுத்துக்காட்டாக உள்ளது.

என் ரெண்டு மகளையும் படிக்க வைக்க கஷ்டப்படுறேன்!' - 'மாயாண்டி குடும்பத்தார்' ராசு மதுரவன் மனைவி என்று ஆனந்த விகடனில் செய்தி வந்திருந்தது.

"அவர் புற்றுநோயால் இறந்து 10 ஆண்டுகள் ஆகிவிட்டன. ஜூலை 9 அவரின் நினைவு நாள். கணவர் படங்கள்ல நடிச்ச பலர் நிறைய பேட்டியில அவரைப் பற்றிச் சொல்றாங்க. ஆனா, எங்க குடும்பத்தை யாரும் கண்டுக்கறதும் இல்லை; பேசுறதும் இல்லை. நாங்க எப்படியிருக்கோம்னுக்கூட தெரிஞ்சுக்க விரும்பல. வடிவேலு சாருக்கு என் கணவர் காமெடி ட்ராக் எழுதுவார். அதுல வர்ற வருமானத்தை வெச்சுத்தான் வீட்டு வாடகை எல்லாம் கட்டிக்

கிட்டிருந்தோம். அப்புறம் அவர் இயக்கின 'பாண்டி, மாயாண்டி குடும்பத்தார், கோரிப்பாளையம், முத்துக்கு முத்தாக' படங்கள் ஹிட் அடிச்சு நாங்களும் பொருளாதார ரீதியா முன்னேற ஆரம்பிச்சோம்.

என் பொண்ணுங்க நேசிகா, அனிஷ்கா ரெண்டு பேருக்கும் அவரால முடியலைன்னாக்கூட என்னென்ன தேவையோ அத்தனை யையும் செஞ்சு பார்த்துக்கிட்டார். ரெண்டு பேருக்குமே நல்ல கல்வியைக் கொடுக்கணும்னு விரும்பினார். அதற்கேற்ற மாதிரி நல்லா படிக்க வெச்சார். நல்லபடியா வாழ்க்கை போய்க்கிட்டி ருக்கும்போதுதான் அவருக்குப் புற்றுநோய் வந்துடுச்சு. உயிரோட மீண்டு வந்துடுவார்ன்னுதான் நினைச்சேன்.

அதுவரைக்கும் நாங்க சேர்த்து வெச்சிருந்த எல்லாமே அவரோட மருத்துவச் சிகிச்சைக்காக செலவாகிடுச்சு. அவர் இறக்கும்போது எங்ககிட்ட எதுவுமே இல்ல. ரெண்டு பெண் குழந்தைகளோடு நான் மதுரைக்கு வந்துட்டேன்.

பெரிய பொண்ணு நேசிகா ப்ளஸ் டூ படிக்கிறா. சின்ன பொண்ணு பத்தாவது படிக்கிறா. எங்க குடும்பத்தை நடத்துறதுக்குப் பொருளாதார ரீதியா உதவி செய்ய எங்களுக்கு யாருமே இல்ல. ஒரு பிரைவேட் ஸ்கூலில் கிண்டர் கார்டன் டீச்சரா வேலைக்குப் போய்க்கிட்டிருக்கேன். மாசம் போனா 12,000 ரூபாய்தான் சம்பளம். அதுலதான் எங்களோட சாப்பாட்டுச் செலவு, ரெண்டு பொண்ணுங்களோட ஸ்கூல் ஃபீஸ் செலவுன்னு வாழ்வாதாரத்தை ஓட்டிக்கிறோம். பிள்ளைங்களோட ஸ்கூல் ஃபீஸ் எல்லாம் கடன் வாங்கித்தான் கட்டிக்கிட்டிருக்கேன்.

என்னோட தெம்பு இருக்கிறவரைக்கும் என் பொண்ணுங்களைப் பார்த்துப்பேன். நானும் இல்லைன்னா என் பொன்னுங்களோட நிலைமையை நினைச்சுக்கூடப் பார்க்க முடியல" என்று வேதனை யுடன் பகிர்ந்து கொள்பவரிடம், '*சினிமா துறையிலிருந்து யாராவது உதவினார்களா?*' என்று கேட்டபோது, "இதுவரைக்கும் யாரும் எந்த உதவியுமே செஞ்சதில்ல. அவர், ஹாஸ்பிட்டலில் இருக்கும்போது மருத்துவச் செலவுக்குக்கூட யாருமே உதவல. இத்தனை வருசம்

ஆச்சு. அவரோட இயக்கத்துல எத்தனையோ பேர் நடிச்சிருக்காங்க. ஆனா, யாருமே எங்களைத் தொடர்பு கொண்டு எப்படி இருக்கீங் கன்னு நலம்கூட விசாரிக்கல. வீட்ல விழா வெச்சேன். மதுரையில இருக்கிறதால எல்லோருக்கும் வாட்ஸ்அப்புல இன்விட்டேஷன் அனுப்பினேன். ஸ்டில்ஸ் குமார் அண்ணா, சவுண்ட் இன்ஜினியர் கிருஷ்ணன், கணவர்கிட்டே உதவி இயக்குநரா இருந்த ராமுன்னு மூணே பேர்தான் வந்தாங்க. சீமான் அண்ணனுக்கும் போன் பண்ணினேன். அவர் எடுக்கல. அவரோட வாட்ஸ்அப் நம்பருக்கும் மெசேஜ் பண்ணினேன். ஆனா, அவர் பார்த்தாரா இல்லையான்னு தெரியல. சென்னைக்குப் போய் நேரடியா என்னால கொடுக்கவும் முடியல. கணவர் படங்கள்ல நடிச்ச பலர் நிறைய பேட்டியில அவரைப் பற்றிச் சொல்றாங்க. ஆனா, எங்க குடும்பத்தை யாரும் கண்டுக்கறதும் இல்லை; பேசுறதும் இல்லை. நாங்க எப்படியிருக் கோம்னுக்கூட தெரிஞ்சுக்க விரும்பல.

கணவர் உயிரோட இருந்தாதான் மதிப்பாங்க போலன்னு நினைச்சுக்கிட்டேன். இதுதான் சினிமா உலகம்னு புரிஞ்சிக்கிட் டேன். நான் அவங்கக்கிட்டே எனக்காக எதையும் எதிர்பார்க்கல. என் கணவர் பொண்ணுங்களை நல்லா படிக்க வெக்கணும்னு நினைச்சார். அவங்களோட கல்விக்காக யாராவது உதவினாலே போதும்" என்று கண் கலங்கி அழுகிறார் அவரது மனைவி.

இந்த நிலையில், விகடன் பேட்டியைப் படித்துவிட்டு நடிகர் சிவகார்த்திகேயன் இரண்டு மகள்களுக்கும் இந்த வருடத்திற்கான கல்விக் கட்டணம் சுமார் 1 லட்சம் ரூபாயைச் செலுத்தி உதவிக்கரம் நீட்டியிருக்கிறார். இதுகுறித்து ராசு மதுரவனின் மனைவி பவானி, 'இத்தனை நாட்கள் நாங்க எங்க இருந்தோம், என்ன பண்ணி னோம்னு யாருமே கண்டுக்கல. என் கணவர் படத்துல அத்தனை நடிகர்கள், அத்தனை இயக்குநர்கள் நடிச்சிருக்காங்க. இதுவரைக்கும் எங்கக்கிட்ட யாரும் பேசினது கிடையாது. ஆனா, விகடன் தான் எங்களை தேடி பிடிச்சு நாங்க எப்படி இருக்கோம்?னு கேட்டது. எங்களோட நிலமையைக் கேட்டதுக்காகவே விகடனுக்கு பெரிய நன்றியைத் தெரிவிச்சுக்கிறேன். என் மூத்த பொண்ணு பன்னிரெண்டாம் வகுப்பு படிக்கிறா, ரெண்டாவது பொண்ணு

பத்தாவது படிக்கிறா. விகடனில் வந்த செய்தியை படிச்சுட்டு சிவகார்த்திகேயன் சார், என்னோட ரெண்டு பிள்ளைகளுக்குமான இந்த வருட ஸ்கூல் ஃபீஸ் 97,000 ரூபாயைக் கட்டினார். அவருக்கும் என் கணவருக்கும் எந்த சம்பந்தமும் கிடையாது. என் கணவரோட இயக்கத்துலகூட அவர் நடிச்சதுமில்ல. ஆனா, விகடனில் வெளியான கட்டுரையை படிச்சுட்டு எங்களோட நிலைமையையும் கஷ்டத்தையும் புரிஞ்சுக்கிட்டு இப்படியொரு ஒரு உதவியைச் செஞ்சது ரொம்பவே சந்தோஷமா இருக்கு. என்னை தொடர்பு கொண்ட சிவகார்த்திகேயன் சாரோட நற்பணி மன்றத் தலைவர் மோகன்தாஸ் சார், சிவகார்த்திகேயன் சார் இன்னும் ரெண்டு நாளில் உங்ககிட்ட பேசுவார்ன்னும் சொன்னார்.

அதே மாதிரி, திருச்சியைச் சேர்ந்த விகடன் வாசகர் வரதராஜன் கண்ணன் சார் விகடன் கட்டுரையை படிச்சுட்டு 30,000 ரூபாயை அனுப்பி வெச்சிருக்கார். இன்னும் பிள்ளைங்களுக்கு படிக்கிறதுக்கான உதவியையும் செய்யுறதா சொல்லியிருக்காரு. என் கணவர் இப்போ உயிரோட இல்லைன்னாலும் இந்த உதவிகளை எல்லாம் பார்த்துக்கிட்டுத்தான் இருப்பார். எந்த சம்மந்தமும் இல்லாம எங்க குடும்பத்துக்காக உதவின சிவகார்த்திகேயன் சார், திருச்சி வரதராஜன் சார் ஆகியோரின் குடும்பங்களும் நல்லா இருக்கணும்னு நான் கடவுளை வேண்டிக்கிறேன். இன்னும் நிறைய பேரு போன் பண்ணியும் பேசிக்கிட்டிருக்காங்க. விகடனாலதான் இவ்வளவு உதவியும் கிடைச்சிருக்கு. ரொம்ப சந்தோஷம், ரொம்ப நன்றி" என்றார்.

விஜய் தொலைக்காட்சியில் 'கலக்கப்போவது யாரு', 'அது இது எது' உள்ளிட்ட நிகழ்ச்சிகளின் மூலம் பிரபலமானவர் வடிவேல் பாலாஜி. 'கலக்கப்போவது யாரு' நிகழ்ச்சியில் நடிகர் வடிவேலு போன்று நடித்ததால் 'வடிவேல் பாலாஜி' என புகழ் பெற்றவர்.

நக்கீரன் பத்திரிக்கையில் வந்த செய்தி (11.09.2020) நகைச்சுவை நடிகர் வடிவேலுவின் உடல் மொழியுடன் தனது உடல் மொழியையும் கலந்து மக்களை மகிழ்வித்து வந்தவர் வடிவேல் பாலாஜி. மதுரையைச் சேர்ந்த பாலாஜி நடிப்பின் மீது இருந்த ஆர்வம்

காரணமாக சென்னைக்கு வந்து வாய்ப்புகள் தேடிய நிலையில், சின்னத்திரையில் அவருக்கு வாய்ப்பு கிடைத்தது. அதனையடுத்து காமெடி நடிகர் வடிவேலுவின் காமெடி காட்சிகளையும், உடல் மொழிகளையும் வெளிப்படுத்தி சின்னத்திரையில் மக்களை மகிழ்வித்து வந்தார்.

கடந்த செப்டம்பர் 2020 ல் நெஞ்சுவலி காரணமாக பிரபல தனியார் மருத்துவமனையில் சேர்க்கப்பட்டிருந்த வடிவேல் பாலாஜி, பொருளாதார பிரச்சனை காரணமாக அங்கிருந்து வேறு ஒரு சிறிய தனியார் மருத்துவமனைக்கு மாற்றப்பட்டார். இதன் பின், வீட்டுக்கு வந்த அவரின் உடல்நிலை மீண்டும் மோச மடைந்தது. இந்நிலையில், 9ஆம் தேதி நள்ளிரவில் அவருக்கு திடீரென உடல்நலக்குறைவு ஏற்பட ஆம்புலன்ஸ் மூலம் ஓமந்தூரார் அரசு மருத்துவமனையில் அனுமதிக்கப்பட்டார். சிகிச்சை பலனின்றி வடிவேல் பாலாஜி (வயது 42) உயிரிழந்தார். வடிவேல் பாலாஜிக்கு ஒரு மகன், மகள் உள்ளனர்.

இந்நிலையில், நடிகர் சிவகார்த்திகேயன் வடிவேல் பாலாஜியின் குழந்தைகளின் படிப்பு செலவை முழுவதுமாக ஏற்றுக்கொள்வதாக தெரிவித்துள்ளார். 'அது இது எது' என்னும் நிகழ்ச்சியில் சிவ கார்த்திகேயன் மற்றும் வடிவேல் பாலாஜி இருவரும் இணைந்து பணியாற்றியுள்ளனர் என்பது குறிப்பிடத்தக்கது.

சமீபத்தில் பெஞ்சல் புயலால் விழுப்புரம், கடலூர், திருவண்ணா மலை போன்ற பகுதிகள் கடுமையாக பாதிக்கப்பட்டது. திருவண்ணாமலையில் சிறுவர், சிறுமி உட்பட ஒரு குடும்பத்தை சேர்ந்த 7 பேர் மண்ணில் புதைந்து போனார்கள். பல நூறு ஏக்கர் விளைநிலங்களும் பாதிக்கப்பட்டிருக்கிறது. எனவே, அந்த பகுதி களுக்கு அரசியல்வாதிகள் சென்றார்கள். பல இடங்களில் தங்களுக்கு சரியான உதவிகள் செய்து தரப்படைவில்லை, குடிநீர் கூட கொடுக்கப்படவில்லை என மக்கள் சாலையில் இறங்கி போராட்டம் நடத்தும் அளவுக்கு சென்றார்கள். பொதுவாக இது போன்ற இயற்கை பேரிடர்களில் மக்கள் பாதிக்கப்படும்போது அரசு தரப்பில் மத்திய அரசிடம் நிதி கேட்பார்கள். இந்த முறை தமிழக அரசு 2

ஆயிரம் கோடி கேட்டிருக்கிறது. ஒரு பக்கம் இதுபோன்ற சம்பவங்கள் நடக்கும்போது திரையுலகில் இருந்து நடிகர்கள் நிதி வழங்குவார்கள். ஆனால், இந்த முறை எந்த நடிகரும் அரசுக்கு நிதி கொடுக்கவில்லை. இதில், சிவகார்த்திகேயன் மட்டும் துணை முதல்வர் உதயநிதியிடம் 10 லட்சம் நிதியுதவி அளித்திருக்கிறார் என்பது அவரின் சமூக அக்கறையை வெளிபடுத்துவதாக இருக்கிறது.

## உலக செஸ் சாம்பியன் குகேஷுக்கு பாராட்டு

உலக செஸ் சாம்பியன் பட்டம் வென்று சாதனை படைத்து இருக்கும் குகேஷுக்கு பெரிய அளவில் பாராட்டுகள் குவிந்து வருகிறது. அவருக்கு ரூ.11 கோடி பரிசாக கிடைத்த நிலையில், தமிழ்நாடு அரசு 5 கோடி ரூபாய் அவருக்கு வழங்கி இருக்கிறது.

பிரதமர் தொடங்கி சினிமா துறையினர் வரை பலரும் குகேஷுக்கு சமூக வலைத்தளங்களில் வாழ்த்து தெரிவித்து இருந்தனர். இந்நிலையில் குகேஷை நடிகர் சிவகார்த்திகேயன் தனது அலுவலகத் திற்கு வர வைத்து பாராட்டி இருக்கிறார்.

அவருக்கு வாட்ச் ஒன்றை கிப்ட் ஆக சிவகார்த்திகேயன் கொடுத்து இருக்கிறார். அந்த சந்திப்பின் புகைப்படங்கள் இதோ.

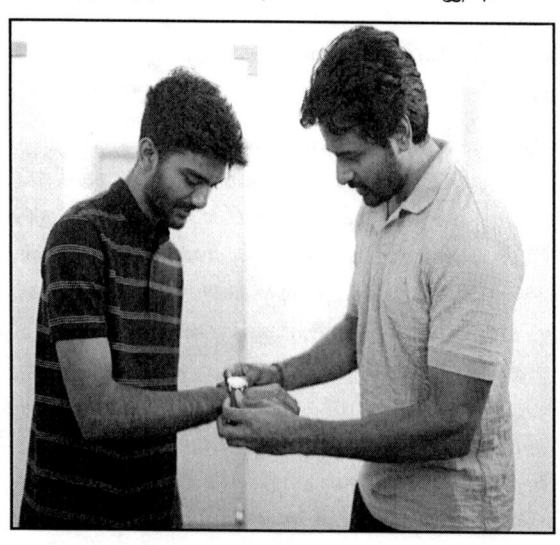

**பாடகர் சிவகார்த்திகேயன்:**

சிவகார்த்திகேயன் நடிப்போடு நிறுத்தி கொள்ளாமல் அஷ்டாவதானி போல தயாரிப்பாளர், பாடலாசிரியர், பாடகர் என்கிற அவதாரங்களையும் அவரிடம் காண முடிகிறது.

**அவர் பாடிய திரைப்பட பாடல்கள் விவரம் :**

| | | | |
|---|---|---|---|
| 2013 | வருத்தப்படாத வாலிபர் சங்கம் | வருத்தப்படாத வாலிபர் சங்கம் | டி.இமான் |
| 2014 | மான் கராத்தே | ராயபுரம் பீட்டர் | அனிருத் ரவிச்சந்திரன் |
| 2014 | காக்கி சட்டை | ஐயம் சோ கூல் | அனிருத் ரவிச்சந்திரன் |
| 2015 | ரஜினி முருகன் | ரஜினி முருகன் | டி. இமான் |
| 2015 | மாப்ள சிங்கம் | எதுக்கு மச்சான் | என்.ஆர். ரகுநந்தன் |
| 2018 | கனா | வாயாடி பெத்த புள்ள | டிபி நியான் தாமஸ் |
| 2021 | லிப்ட் | என்ன மயிலு | பிரிட்டோ மைக்கேல் |
| 2023 | மாவீரன் | வண்ணாரப்பேட்டையில | பரத் ஷங்கர் |

**திரைப்பட பாடலாசிரியர் சிவகார்த்திகேயன் :**

திரைப்படங்களில் பாடல் பாடுவதோடு நிறுத்தி கொள்ளாமல் தன்னுடைய தனித்திறமையை வெளிப்படுத்தும் வகையில் சிவா பாடலாசிரியராகவும் தன்னை நிரூபித்துள்ளார். அதற்கு சான்றுகள் இதோ:

| வருடம் | திரைப்படம் | பாடல் |
|---|---|---|
| 2018 | கோலமாவு கோகிலா | கல்யாண வயசு |
| 2019 | கூர்க்கா | ஹே போயா |
| | நம்ம வீட்டு பிள்ளை | காந்த கண்ணழகி |
| | ஆதித்ய வர்மா | இது என்ன மாயமோ |
| 2021 | டாக்டர் | செல்லம்மா |
| | நாய் சேகர் | எடக்கு மடக்கு |
| | எதற்கும் துணிந்தவன் | சும்மா சுர்ருன்னு |
| 2022 | பீஸ்ட் | அரபிகுத்து |
| | டான் | பிரைவேட் பார்டி |
| 2024 | அயலான் | மாஞ்சா நீ |

## 8. திரைப்பட தயாரிப்பாளர் எஸ்.கே

**ப**ன்முக கலைஞராக திகழும் சிவகார்த்திகேயன் எஸ்.கே. புரோடக்‌ஷன்ஸ் என்ற தனது தயாரிப்பில், பெண்கள் கிரிக்கெட்டை முன்வைத்து அருண் ராஜா காமராஜ் இயக்கத்தில் 'கனா', 'நெஞ்சமுண்டு நேர்மையுண்டு ஓடு ராஜா' என்கிற கார்த்திக் வேணுகோபாலன் இயக்கிய படம், 'வாழ்' என்கிற படம் மென் பொருள் துறையில், அன்றாட பணி அழுத்தங்களுக்கு நடுவே அல்லாடும் சராசரி இளைஞன் பிரகாஷ் (பிரதீப் அந்தோணி). அவனது வாழ்வில் எதிர்பாராமல் நுழையும் ஒரு பெண்ணுடனும் (பானு டி.ஜே) அவளது 6 வயது மகனுடனும் (அகரவ்) மேற் கொள்ளும் திடீர் பயணம், வாழ்வின் எதிர்பாராத தருணங்களை அவனுக்குப் பரிசளிக்கிறது. அதன் வழியாக, மனிதர்களிடமும் இயற்கையிடமும் பிரகாஷ் பெற்றுக் கொண்டதும், கற்றுக் கொண்டதும் என்ன என்பதுதான் கதை. 'அருவி' பட இயக்குநர் அருண் பிரபு இயக்கத்தில் வெளியாகியுள்ள அவரின் 2-வது படம் இது.

இயக்குநர் நெல்சன் இயக்கத்தில் சிவகார்த்திகேயன் நடிப்பில் உருவான படம் 'டாக்டர்'. பிரியங்கா கதாநாயகியாக நடிக்க,

வினய், யோகிபாபு, அர்ச்சனா உள்ளிட்ட பலரும் இதில் நடித்துள்ளனர். டாக்டர் படத்தின் தயாரிப்பும் எஸ்.கே. தான்.

'டான்' திரைப்படம் ஒரு தந்தை மகன் மீதுள்ள கனவை பற்றியது. மிதிவண்டியில் அலைந்து திரிந்து பிளாஸ்டிக் பொருட்களை விற்கும் ஓர் எளிய குடும்பத்தின் அப்பா (சமுத்திரக்கனி), தனது ஒரே மகனை (சிவகார்த்திகேயன்) இன்ஜினீயர் ஆக்கிப் பார்க்க ஆசைப்படுகிறார். அதற்காக, சிறுவயது முதலே அவனை கண்டிப்புடன் வளர்க்கிறார். மகனோ தனக்கு பிடித்ததை செய்ய நினைக்கிறான். பள்ளியில் காதல், கல்லூரியில் சேட்டைகள் என வலம் வரும் அவன், இறுதியில் அப்பா விரும்பியதை நிறைவேற்றினானா, அல்லது தனக்கான வழியைக் கண்டுகொண்டு அதில் நடந்தானா என்பது கதை.

'குரங்கு பெடல்' - ஈரோடு மாவட்டம் கத்தேரி கிராமத்தைச் சேர்ந்த 5-ம் வகுப்பு மாணவன் மாரியப்பனும் (மாஸ்டர் சந்தோஷ் வேல் முருகன்) அவனது வகுப்புத் தோழர்களும் சைக்கிள் கற்றுக்கொள்ள விரும்புகின்றனர். மாரியப்பனின் தந்தை கந்தசாமி (காளி வெங்கட்), சிறு வயதில் நிகழ்ந்த விபத்தின் காரணமாக சைக்கிளைத் தொடவே விரும்பாதவர். மகன் வாடகை சைக்கிளுக்கு காசு கேட்கும்போது அவனை விரட்டி விடுகிறார். இதற்கிடையில் வசதியான குடும்பத்தைச் சேர்ந்த சிறுவன் நீதி மாணிக்கம், சொந்தமாக சைக்கிள் வாங்கி விடுகிறான். மாரியப்பனுக்கும் நீதி மாணிக்கத்துக்கும் இடையே யார் முதலில் சைக்கிள் கற்பது என்னும் போட்டி உருவாகிறது. அதில் மாரியப்பன் வென்றானா? மாரியப்பனுக்கும் அவன் தந்தைக்குமான உறவில், சைக்கிள் நிகழ்த்தும் மாற்றம் என்ன? என்பது கதை.

சூரி நடித்த படம் 'கொட்டுக்காளி'. இயக்குநர் பி.எஸ். வினோத்ராஜ் இயக்கத்தில் சூரி, அன்னா பென் முன்னணி ரோலில் நடித்திருந்தனர். கடந்த பிப்ரவரி மாதம் வெளியான இந்தப் படம் விமர்சன ரீதியாக நேர்மறையான விமர்சனங்களை பெற்றது.

21 வயதான இளம் பெண் ஒடுக்கப்பட்ட சாதியைச் சேர்ந்த ஒரு பையனை காதலிக்கிறாள். இந்த காதல் வீட்டிற்கு தெரிய,

கோபமடைந்த அந்த பெண்ணின் குடும்பத்தினர் மந்திர தந்திரத்தால் அந்த பையனை மறக்க, அருகிலுள்ள கிராமத்துக்கு அழைத்து செல்கிறார்கள்.

இதையடுத்து, அந்தப் பெண்ணிற்கு மாந்திரீகம் செய்யப் பட்டதா? அந்த பையனின் நினைவுகள் அழிக்கப்பட்டதா, இல்லையா? என்பது தான் படத்தின் மீதிக் கதை. படத்தின் கிளைமேக்ஸை ஆடியன்ஸ்க்கு விட்டு விட்டனர். இப்படிப்பட்ட கதையை மையப்படுத்திய 'கொட்டுக்காளி' திரைப்படம் தற்போது சர்வதேச விருது ஒன்றை வென்றுள்ளது.

இந்தோனேஷியாவில் நடைபெற்ற அல்டர்நேட்டிவா திரைப்பட விருதுகள் வழங்கும் விழா நவம்பர் 22 ஆம் தேதி முதல் 28 ஆம் தேதி வரையில் நடைபெற்றது. உலகம் முழுவதும் பல மொழிகளில் சிறந்த படங்கள் தேர்வு செய்யப்பட்டு விருதுகள் வழங்கப்பட்டு வருகிறது. இந்த நிகழ்ச்சியில் இந்த ஆண்டுக்கான சிறந்த படமாக சூரியின் கொட்டுக்காளி படம் தேர்வு செய்யப்பட்டு நேட்டிவா விருது வழங்கப்பட்டது.

ஏற்கனவே, அமரன் படத்தால் ஒட்டுமொத்த உலகமும் சிவகார்த்திகேயனை கொண்டாடி வரும் நிலையில், இப்போது அவர் தயாரிப்பில் வந்த படத்துக்கு நேட்டிவா விருது வழங்கப் பட்டுள்ளது. இது குறித்து பேசிய சிவகார்த்திகேயன், 'கொட்டுக்காளி' படம் நேட்டிவா விருது வென்றிருக்கிறது என்பதை மகிழ்ச்சியுடன் தெரிவித்துக் கொள்கிறோம். எங்களது பயணத்திற்கு ஆதரவளித்த உங்கள் அனைவருக்கும் நன்றி என தெரிவித்துள்ளார்.

ஒரு நடிகனை உருவாக்குவது ஒரு இயக்குனர் என்பது போல, ஒரு இயக்குனரை உருவாக்குவதும் ஒரு நடிகனே என்பது கோலிவுட்டில் எழுதாத பொன் மொழி. தன்னை திரைக்கு அறிமுகம் செய்தது அதற்கான ரிஸ்க் எடுத்தது ஒரு இயக்குனர் என்பதற்கு பிரதிபலனாக சிவகார்த்திகேயன் தயாரித்த பெரும்பாலான படங்கள் அறிமுக இயக்குனர்கள் மற்றும் வளர்ந்து வரும் இயக்குனர்கள் மட்டுமே வாய்ப்புகளை கொடுத்துள்ளார் என்பது தெரிய வருகிறது.

## 9. விருதுகள், பாராட்டுகள்

**கலைமாமணி விருது :**

தனது தந்தை திடீரென இறந்த பின் தன் தாய்தான் தன்னை வளர்த்து ஆளாக்கி ஒரு கௌரவமான நிலைக்கு உயர்த்தி இருக்கிறார். அந்த நன்றியை மறவாத சிவகார்த்திகேயன் தனக்கு தமிழக அரசின் கலைமாமணி விருது வழங்கியது. அதனை தனது தாய்க்கு அர்ப்பணித்தார். தமிழக அரசு 2019 மற்றும் 2020க்கான கலைமாமணி விருது நடிகர், நடிகையர், இலக்கியம், நடனம், இசை, நாடகம், தெருக்கூத்து, வில்லிசை, பம்பைக் கலைஞர், இசை நாடக நடிகர், மெல்லிசை கலைஞர் உள்ளிட்ட பிரிவுகளில் 134 பேருக்கு விருதுகள் வழங்கப்பட்டது.

'சாமானியனையும் சாதனையாளனாய் மாற்றும் தமிழக மக்களுக்கும், இந்த விருதளித்து ஊக்கப்படுத்திய தமிழக அரசிற்கும் மிக்க நன்றி. தந்தையை இழந்து நிற்கதியாய் நின்ற எங்களை இழுத்து பிடித்து கரைசேர்த்த என் தாய்க்கு இந்த கலைமாமணி சமர்ப்பணம்' என சிவகார்த்திகேயன் கூறி உள்ளார். அத்துடன், முதலமைச்சரிடம் இருந்து விருது பெற்றபோது எடுத்த புகைப்படம் மற்றும் அந்த

விருதை தாயாரிடம் கொடுத்து, அவரது காலில் விழுந்து ஆசி பெற்றபோது எடுத்த புகைப்படத்தையும் சிவா வெளியிட்டுள்ளார்.

சிவகார்த்திகேயன் பெற்ற விருதுகள் :

| | | | |
|---|---|---|---|
| 2012 | தமிழ்நாடு மாநில திரைப்பட விருது | சிறப்பு பரிசு | மெரினா |
| | தென்னிந்திய சர்வதேச திரைப்பட விருது | சிறந்த அறிமுக நாயகன் (போட்டியில் பங்கெடுப்பு) | மனம் கொத்தி பறவை |
| 2013 | விஜய் விருது | சிறந்த அறிமுக நாயகன் (போட்டியில் பங்கெடுப்பு | |
| | | சிறந்த நடிகர் (தமிழ்) | மெரினா எதிர் நீச்சல் |
| 2014 | தென்னிந்திய சர்வதேச திரைப்பட விருது | தென்னிந்திய திரை உலகின் பேசப்படும் நாயகன் | - |
| | விஜய் விருதுகள் | சிறந்த பொழுதுபோக்கு கலைஞர் | கேடி பில்லா கில்லாடி ரங்கா எதிர் நீச்சல் வருத்தப்படாத வாலிபர் சங்கம் |

|  |  |  |  |
|---|---|---|---|
|  | விஜய் டிவி விருதுகள் | விஜய் டிவி பெருமை விருது | - |
|  | IIFA உத்சவம் விருது | சிறந்த நடிகர் - தமிழ் (போட்டியில் பங்கெடுப்பு) | ரஜினி முருகன் |
|  | தென்னிந்திய படங்களுக்கான விருது |  |  |
| 2017 | எடிசன் விருது | சிறந்தபொழுதுபோக்கு கலைஞன் | ரெமோ |
|  | தென்னிந்திய சர்வதேச திரைப்பட விருது | சிறந்த நடிகர் |  |
| 2018 | எடிசன் விருது | சிறந்த நடிகர் (போட்டியில் பங்கெடுப்பு) பிடித்தமான நடிகர் | வேலைக்காரன் |
|  | தென்னிந்திய சர்வதேச திரைப்பட விருது | சிறந்த நடிகர் |  |
| 2020 | ஆனந்த விகடன் | சிறந்த நடிகர் (போட்டியில் பங்கெடுப்பு) | நம்ம வீட்டு பிள்ளை |
| 2021 | தென்னிந்திய சர்வதேச திரைப்பட விருது | சிறந்த நடிகர் (போட்டியில் பங்கெடுப்பு) |  |
| 2022 | தென்னிந்திய சர்வதேச திரைப்பட விருது | சிறந்த நடிகர் | டாக்டர் |
|  | பிங்க் வில்லா ஸ்டைல்ஜகான் விருது | மிக நேர்த்தியான ஆளுமை | - |
| 2023 | விகடன் விருதுகள் | சிறந்த பொழுதுபோக்கு கலைஞர் | டாக்டர் |
| 2024 | பிலிம் பேர் விருது தென் இந்தியா | சிறந்த நடிகர் தமிழ் (போட்டியில் பங்கெடுப்பு) | மாவீரன் |
|  | தென்னிந்திய சர்வதேச திரைப்பட விருது | சிறந்த நடிகர் தமிழ் |  |
|  | IIFA உத்சவம் | சிறந்த நடிகர் தமிழ் (போட்டியில் பங்கெடுப்பு) |  |

## 10. சிவகார்த்திகேயன் நடித்த படங்கள்

| வருடம் | படத்தின் பெயர் | கதாபாத்திரம் பெயர் |
|---|---|---|
| 2012 | மெரினா | செந்தில் நாதன் |
| 2012 | 3 | குமரன் |
| 2012 | மனம் கொத்திப் பறவை | கண்ணன் |
| 2013 | கேடி பில்லா கில்லாடி ரங்கா | பட்டை முருகன் |
| 2013 | எதிர்நீச்சல் | குஞ்சிதபாதம் என்னும் ஹரீஷ் |
| 2013 | வருத்தப்படாத வாலிபர் சங்கம் | போஸ் பாண்டி |
| 2014 | மான் கராத்தே | பீட்டர் |
| 2015 | காக்கி சட்டை | மதிமாறன் |
| 2016 | ரஜினி முருகன் | ரஜினி முருகன் |
| 2016 | ரெமோ | SK (சிவகார்த்திகேயன்) & ரெமோ (ரெஜினா மோத்வானி) |
| 2017 | வேலைக்காரன் | அறிவு |
| 2018 | சீமராஜா | சீமராஜா, கடம்பவேல் ராஜா |
| 2018 | கனா | நெல்சன் திலீப்குமார் |

| 2019 | மிஸ்டர். லோக்கல் | மனோகர் |
| 2019 | ஹீரோ | சக்தி |
| 2019 | நம்ம வீட்டு பிள்ளை | அரும்பொன் |
| 2021 | டாக்டர் | டாக்டர் வருண் |
| 2022 | டான் | சக்ரவர்த்தி ஜி. |
| 2022 | ப்ரின்ஸ் | அன்பரசன் |
| 2023 | மாவீரன் | சத்யா |
| 2024 | அயலான் | தமிழ் |
| 2024 | அமரன் | முகுந்த் வரதராஜன் |

●

## 11. சிவாவின் அக்கா அரசு மருத்துவருக்கு விருது

**ந**டிகர் சிவகார்த்திகேயன் தன்னுடைய சகோதரியின் வெற்றியை குறித்து பாராட்டி சமூக வலைத்தளத்தில் பதிவு ஒன்றை வெளியிட்டு இருக்கிறார் (27.01.2023). ஒரு மருத்துவராக இருக்கும் தன்னுடைய அக்கா அப்பாவின் ஆசையை நிறைவேற்றி விட்டார் என்று நெகிழ்ச்சியாக கூறி இருக்கிறார். சென்னை ராஜீவ் காந்தி அரசு மருத்துவமனையில் மருத்துவராக பணியாற்றி வரும் நடிகர் சிவகார்த்திகேயன் அக்காவிற்கு கடந்த 2023ம் வருடம் தமிழ்நாடு அரசு சார்பில் சிறந்த மருத்துவருக்கான விருது வழங்கப்பட்டு இருக்கும் நிலையில் தன்னுடைய அக்காவை பாராட்டி சிவ கார்த்திகேயன் வெளியிட்ட பதிவை ரசிகர்கள் பலர் பகிர்ந்து வருகின்றனர்.

ஒரு தொகுப்பாளராகவும், காமெடியாளராகவும் தனது கலைப் பயணத்தை தொடங்கிய சிவகார்த்திகேயன் ஆரம்ப கால கட்டத்தில் அதிகமாக வாய்ப்புக்காக கஷ்டங்களை சுமந்து இருக்கிறார். தற்போது சினிமாவில் தனக்கு என்று ஒரு இடத்தை பிடித்திருந்தாலும், ஆரம்பத்தில் இவர் சினிமாவில் நுழைந்து விட

வேண்டும் என்பதற்காக பல்வேறு போராட்டங்களை தாண்டி வந்திருக்கிறார். அதனால் தான் இவர் எவ்வளவோ விருதுகளையும் பெற்று முன்னணியில் வந்தாலும் இப்போதும் எளிமையாகவே இருந்து வருகிறார்.

சிவகார்த்திகேயன் சாக்லேட் பாயாக இளம் பெண்கள் பலருக்கும் பிடித்த ஒரு நபராக இருந்தாலும், இவருக்கு திருமணம் முடிந்து மூன்று குழந்தைகள் இருக்கின்றனர். தன்னுடைய மனைவி மற்றும் குழந்தைகள் குடும்பத்தின் மீது அதிகமாக பாசத்தில் இருக்கும் இவர் தான் விருது வாங்கும் நிகழ்ச்சிகளுக்கு கண்டிப்பாக தன்னுடைய குடும்பத்தை கூட்டிக் கொண்டு சென்று விடுகிறார். அதில் மறக்காமல் தன்னுடைய அப்பாவின் அன்பைப் பற்றியும், பாசத்தை பற்றியும் பேசி வருகிறார். பல இடங்களில் தன்னுடைய குடும்பத்தில் அப்பா, அம்மாவை பற்றி சிவகார்த்திகேயன் பேசி யிருக்கும் போது அழுது இருக்கிறார்.

சில வருடங்களுக்கு முன்பு சிவகார்த்திகேயன் கனா திரைப்படத்தின் மூலமாக நடிகராகவும் மட்டுமல்லாமல், தயாரிப்பாளராகவும் அவதாரம் எடுத்தார். அந்த சமயத்தில் இவர் பல பேட்டிகளையும் கொடுத்திருந்தார். அப்போது தான் அந்த பேட்டியில் அவருடைய அக்காவும் வந்திருந்தார். அந்த நேரத்தில் அக்காவை பற்றி பல உண்மைகளை கூறியிருந்தார். அதில் என்னுடைய அப்பா, அக்கா டாக்டராக வேண்டுமென்று 15 லட்சம் ரூபாய் கடன் வாங்கியிருந் தார். ஆனால் அட்மிஷனுக்காக கல்லூரி வரை அப்பாவும், அக்காவும் சென்று விட்டனர். அங்கு என்னுடைய அக்கா எனது அப்பாவிடம் நான் அடுத்த வருடம் ஒழுங்காக படித்து மெரிட்டில் சேர்ந்து விடுகிறேன் என்று சொல்லி இருக்கிறார்.

அது மட்டுமில்லாமல் அப்போது அவர் சொன்னது போலவே அடுத்த ஆண்டு கவுன்சிலிங் மூலம் மருத்துவ படிப்பில் சேர்ந்து இருக்கிறார். இதனால் இவர்கள் 15 லட்சம் ரூபாய் கடனிலிருந்து தப்பித்திருக்கிறார்கள். ஆனாலும் சில காலத்தில் அவருடைய அப்பா இறந்து விட்டாராம். என்னுடைய அப்பாவிற்கு நான் எதுவும் செய்யவில்லை. ஆனால் என்னுடைய அக்கா அப்பாவை பெருமைப்

பட வைத்திருக்கிறார் என்று நெகிழ்ச்சியோடு கூறி இருந்தார். இந்த நிலையில் சில வருடங்களாகவே சிவகார்த்திகேயனின் அக்கா சென்னை ராஜீவ் காந்தி அரசு மருத்துவமனையில் மருத்துவராக பணிபுரிந்து வருகிறார். அவருடைய பணியை பாராட்டி 2023 ஆம் வருடம் குடியரசு தினத்தை முன்னிட்டு தமிழ்நாடு அரசு சார்பில் சிறந்த மருத்துவர் விருது வழங்கப்பட்டிருக்கிறது.

இதைக் குறித்து தனது ட்விட்டர் பக்கத்தில் தனது மகிழ்ச்சியை வெளிப்படுத்தி உள்ள சிவகார்த்திகேயன், எல்லோருக்கும் குடியரசு தின வாழ்த்துக்கள். எங்களுக்கு இன்று மகிழ்ச்சியான நாள். சிறந்த மருத்துவர் விருதுக்காக வாழ்த்துக்கள் அக்கா, எங்களுக்கு பெருமை யாக இருக்கிறது. அப்பா நிச்சயம் பெருமை கொள்வார். உனது நேர்மையும் உழைப்பும் உன்னை நல்ல நிலைக்கு உயர்த்தும் என்று குறிப்பிட்டு இருக்கிறார். இதை பார்த்த சிவகார்த்திகேயனின் ரசிகர்கள் பலர் அவருடைய சகோதரியை பாராட்டி மேலும் பலருக்கும் உதவி செய்ய வேண்டும் என்று வாழ்த்துக்களை கூறி வருகிறார்கள்.

பிறருக்கு உதவ வேண்டும் என்கிற தந்தையின் குணம் மகனுக்கு மட்டும் ஜீன் மூலம் வந்து விடாது, மகளுக்கும் அந்த பரம்பரை குணம் வந்து சேரும் என்பதற்கு இது ஒரு நல்ல உதாரணம். சிவகார்த்திகேயன் தந்தைக்கு தன் பிள்ளைகள் குறித்து இரண்டு ஆசைகள் இருந்தது. ஒன்று மகளை மருத்துவராக்கி பார்க்க வேண்டும் என்பது, மற்றொன்று தனது மகனை ஒரு போலீஸ் அதிகாரியாக ஆக்க வேண்டும் என்பது. தந்தையின் கனவை மகள் நிறைவேற்றி விட்டார். மகனும்கூட தந்தையின் கனவை நிறை வேற்றி உள்ளார். காக்கி சட்டை படத்தின் மூலமாகவும், அமரன் மூலமாகவும் அந்த இரண்டு படங்களும் ஒரு சீருடை அணிந்து அர்ப்பணிப்பு மிக்க அதிகாரியின் வாழ்க்கை பற்றிய படங்கள்.

சிவகார்த்திகேயன் தன் தந்தையின் கனவான நிஜத்தில் ஒரு போலீஸ் ஆபீஸராகி இருந்தால் அவர் ஒரு சிறிய வட்டத்திற்குள்தான் அறிய பட்டிருப்பார். அதிலும் அவரின் செயல்பாடுகள் எந்த வகையில் மக்களுக்கு நன்மையை அளித்திருக்கும் என்பது கேள்விக்குறியே. ஆனால் அவர் ஒரு நடிகராக நேர்மையான போலீஸ் அதிகாரியாய் திரைப்படத்தில் தோன்றி அது இந்த சமூகத்தில் ஏற்படுத்தும் மாற்றங்கள் என்பதே ஒரு தனி ரகம் தான். அதுபோலவே அமரன் படத்தையும் குறிப்பிட்டு சொல்லலாம். ஒரு நிஜ சீருடை அணிந்தவர் ஏற்படுத்தாத பாதிப்பை சிவா ஏற்று நடித்திருந்த கதாபாத்திரம் கண்டிப்பாக ஏற்படுத்தி இருக்கும். தேசத்திற்காக போராடும் ஒரு ராணுவ வீரனைப் பார்த்து எத்தனையோ இளைஞர்கள் உத்வேகம் கொண்டு தாமும் ராணுவத்தில் சேர வேண்டும், சேவையாற்ற வேண்டும் என்கிற உணர்வை அவர் கதாபாத்திரம் உருவாக்கி இருக்கிறது என்று சொன்னால் அது மிகையாகாது.

பொதுவாகவே ஒரு பழமொழி உண்டு. விதை விதைத்தவன் வினை அறுப்பான். குடும்ப சூழலை பொறுத்தவரை இது பொய்யான ஒன்று. விதை விதைத்த எவருமே வினையை அனுபவிக்காமலே சென்று விடுகின்றனர். தன் பிள்ளைகளுக்கான விதையை விதைக்கிற பெற்றோர்கள் பெரும்பாலோர் அந்த விதை வளர்ந்து செடியாய் இருக்கும்போதே சென்று விடுகிறார்கள். அது மரமாய் வளர்ந்து அது கொடுக்கும் பலனை பெரும்பாலான பெற்றோர்கள் அனுபவிக்க

வாய்ப்பு இல்லாமல் போய்விடுகிறது. அந்த விதை வளர்ந்து பலன் கொடுக்கும் வரை தாம் இருப்போம், அதனை அனுபவிப்போம் என்கிற எதிர்பார்ப்பு இல்லாமல் அவர்கள் வாழும் வரை அந்த விதை வளர்வதற்கான அனைத்து விதமான நற்காரியங்களையும் தவறாமல் செய்து விடுகிறார்கள் அந்த தன்னலமற்ற பெற்றோர்கள்.

ஆனால் வளர்ந்து ஆளான அந்த மரம் தன்னுடைய வளர்ச்சிக்கு உறுதுணையாய் இருந்த விதையிட்டு, நீர் விட்டு, உரமிட்டு வளர்த்த எஜமானனுக்கு பலன் கொடுக்க முடியாது போனதை நினைத்து காலமெல்லாம் கண்ணீர் விட்டு அழுது கொண்டே இருக்கும்.

●

## 12. சாதனையாளர்களின் வெற்றி பின்னணி

ஓட்டப்பந்தயத்தில் ஓடுபவர்கள் அனைவருக்கும் முதல் பரிசு கிடைப்பதில்லை. அந்த பந்தயத்தில் பங்கெடுக்கிற பத்து பேரில் முதல இரண்டு பேர் தான் வெற்றியாளராய் கௌரவிக்கப்படு கிறார்கள். மகுடம் சூட்டப்படுகிறார்கள். அப்படி ஓடி வெற்றி பெற்றவர் அந்த போட்டி நாள் மட்டும் மைதானத்திற்கு வந்திருந்து முதல் முறையாய் போட்டியில் பங்கெடுத்து ஓடி முதல் பரிசை பெற்றிருக்கவில்லை. எத்தனை எத்தனையோ நூறு முறை அவர் அது போன்ற மைதானத்தில் ஓடி ஓடி பயிற்சி பெற்று அதன் மூலம் தன்னை தயார்படுத்திக் கொண்டுதான் அவர் அந்த முதல் பரிசை பெற்று சாதனை புரிந்திருப்பார்.

அவர் முதன் முதலாய் மைதானத்தில் இறங்கி ஓடியபோது அங்கே ஏற்கனவே பயிற்சியில் ஈடுபட்டிருக்கும் வெற்றி பெற முடியாது போன தோற்றவர்களின் ஏளன பேச்சு களத்தில் இறங்கிய புதிய வரின் காதில் காய்ச்சிய இரும்பை ஊற்றியதை போல இருந் திருக்கும். இது ஓடுகளத்திற்கு மட்டும் பொருந்துவதில்லை, அனைத்து துறையிலும் இந்த ஏளன பேச்சை கேட்கலாம்.

களத்தில் இறங்க வேண்டும், சாதிக்க வேண்டும் என்கிற ஒரே நோக்கம் மிகவும் தீர்க்கமாக இருந்து விட்டால் அந்த ஏளன பேச்செல்லாம் காய்ச்சிய இரும்பை காது உணராது, வருடிவிடும் மயில் இறகாகி விடும்.

சினிமா துறையில் சாதனையை முத்தமிட்ட எல்லோருக்குள்ளும் ஏதோ ஒரு வித ஆறாத ரணமிருக்கும். அவர்கள் புதியதாக காலடி வைத்தபோது அவர்களை சுற்றி நின்றவர்கள் அவர்களை ஏளனமாக பார்த்த பார்வை, எய்த வார்த்தை அம்புகள் எல்லாமே அந்த சாதனையாளர்களை முடக்கி போடவில்லை. அவர்களை சட்டை செய்யவில்லை. அதனை எல்லாம் உதறி தள்ளிவிட்டு வீரநடை போட்டு அவர்கள் வெற்றிக்கனியை சுவைத்துள்ளார்கள்.

நடிகர் திலகம் சிவாஜி புதியதாய் களத்தில் இறங்கிய போது ஏற்கனவே கதாநாயகனாய் கொடி கட்டி பறந்தவர்களுக்கும், அவர்களின் கூஜா தூக்கிகளுக்கும் ஏளனமான பார்வை நடிகர் திலகத்தின் மீது விழுந்திருக்கும். வார்த்தை அம்பு முழுவீச்சில் பறந்து வந்திருக்கும். இவனெல்லாம் நடிக்க வந்துட்டான், குதிரை முகத்தை வைத்து கொண்டு என்கிற ஏளன பேச்சு நடிகர் திலகத்தின் காதில் விழுந்திருக்கும். அதனை எண்ணி வெதும்பி துவண்டு போய் இருந்தால் இந்த தேசத்திற்கு ஒரு நடிப்பு இமயம் கிடைத்திருக்க மாட்டார். அவர் தோற்றத்தை கண்டு அவர் முதல் படம் பராசக்தி பாதியிலேயே நின்று விடுகிறது. அவருக்கு பதிலாக அப்போது களத்தில் இருந்த வேறு ஒரு நாயகனை வைத்து முதலில் இருந்து படப்பிடிப்பு நடத்தலாம் என்றெல்லாம் பேச்சு அடிபடுகிறது. ஆனால் ஏதோ ஒரு நல்ல உள்ளம் ஆனதை ஏற்காது, நடிகர் திலகத்தின் மீது நம்பிக்கை கொண்டு நடிக்ர திலகத்திற்கு சற்று ஊட்டச்சத்து அளித்து உடலைத் தேற்றி வேறு ஒரு புதிய தயாரிப்பாளர் மூலம் பராசக்தி படம் முடிக்கப்பட்டது. அந்த படம் நடிகர் திலகத்திற்கு வெற்றிபடிகட்டாக அமைந்தது. கோடம்பாக்கத்தின் சாதனை மாளிகையை எட்டி பிடிக்க ஏணிப் படியாய் அமைந்தது. அதனை தொடர்ந்து ஏறுமுகம்தான். அவரை ஏளனமாய் பேசியவர்கள் எல்லாம் பூமிக்குள் சென்று ஒளிந்து கொண்டார்கள்.

பொதுவாகவே இருபதாண்டுகளுக்கு முன்பெல்லாம் வெள்ளித் திரையில் வெளுத்து சாயம் போனவர்கள் தான் சின்னத்திரைக்கு செல்வார்கள். ஆனால் சிவகார்த்திகேயன் விசயத்தில் இது உல்டாவாக நடந்திருக்கிறது. சின்னத்திரையில் தன்னை நிரூபித்த வருக்கு வெள்ளித்திரை பட்டு கம்பள வரவேற்பை நல்கியது. திறமை இருப்பது என்பது வேறு, களநிலைமை என்பது வேறு. கிண்டலும் கேலியும் நிறைந்த சினிமா துறை பெரு தொலைக்காட்சி நடிகரை எப்படியெல்லாம் கையாண்டிருக்கும் என்று நினைத்து பார்க்க வேண்டும். பொதுவாகவே கோடம்பாக்கத்திற்கு சின்னத் திரை மீது பெரிய அளவில் மரியாதை இல்லாத சமயம் அது. அந்த சமயத்தில் ஒரு தொலைக்காட்சி காமெடி நடிகர் சினிமாவுக்குள் நுழைவது என்பது அவ்வளவு லேசான காரியமல்ல. அந்த ரிஸ்க் எடுத்த நபர் இயக்குனர் பாண்டிராஜ்.

ஒவ்வொருவரின் எல்லை தொடுதலிலும் ஒருவரின் தூக்கி விடுகிற கரங்கள் இருந்திருக்கும். நடிகர் திலகத்தை தவிர வேறு ஒருவர் பராசக்தியில் நடிக்க விடாது பார்த்து கொண்ட அந்த நல்ல கரங்களை போல சிவகார்த்திகேயன் சினிமா அறிமுகத்திலும் ஒரு உயர்ந்த எண்ணம் கொண்டவர் கரம் இருந்திருக்கிறது.

களத்தில் இறங்கிய பிறகு தம்மை நிரூபிப்பது என்பது வேறு. அதற்கு முதன் முதலில் களத்தில் இறக்கி விட ஆள் வேண்டும். அந்த ஆட்களை நல்லவர்களுக்கு ஆண்டவன் எங்கிருந்தோ அனுப்பி வைப்பான், இந்த ஒற்றை ஆளின் முயற்சியை நல்லெண்ணத்தை கண்டிப்பாக பாராட்டியாக வேண்டும். இசைஞானிக்கு ஒரு பஞ்சு அருணாச்சலம் அமைந்ததுபோல, எங்கிருந்தோ ஒருவர் எப்படியோ வந்து ஏணியில் ஏற்றி விட்டு செல்வர். இது கால காலமாய் நடந்து வருகிற ஒன்று. அதனால் தான் இப்படி ஏறிவந்த பலரும் தம்மை நாடி வருகிறவர்களுக்கு ஏதோ ஒரு வகையில் ஒரு படிகட்டாய் இருந்து வருகிறார்கள். சிவகார்த்திகேயன் விசயத்தில் இதனை காண முடிந்தது. அவர் தயாரித்த படங்களில் அறிமுக இயக்குனருக்கு வாய்ப்புகள் கொடுத்தார். நலிந்த திரைக் கலைஞர்களுக்கு பொருளுதவி செய்தார்.

இதனையெல்லாம் கடந்து சிவகார்த்திகேயனின் இன்னொரு நற்குணம் எந்தவிதமான கோலிவுட் கிசுகிசுக்களிலும் சிக்காமல் அந்த வகையில் ஒரு தரத்தை பேணி காத்து வருவதற்கும் நாம் ஒரு பூங்கொத்து கொடுத்தாக வேண்டும்.

அவர் தந்தையின் விருப்பம் தமது மகனை ஒரு போலீஸ் சீருடையில் பார்க்க வேண்டும் என்பதே. அவர் இன்றைக்கு உயிரோடு இருந்திருந்தால் கண்டிப்பாக தமது மகனை கண்டு பெருமிதம் அடைந்திருப்பார். அவரின் தந்தையின் எதிர்பார்ப்பு தமது மகனை ஒரு போலீஸ் யூனிபார்மில் பார்க்க வேண்டும் என்பதே. ஆனால் சிவகார்த்திகேயன் இந்த விசயத்தில் ஒரு படி மேலே போய் இந்த தேசத்தை பாதுகாக்கும் ராணுவ வீரனாய் யூனிபார்ம் அணிந்து இன்றைக்கு இந்த தேசமே பெருமைப்படுகிற அளவில் 'அமரன்' மூலம் மிகப்பெரிய அளவில் கவனத்தை ஈர்த்துள்ளார் என்பதில் பெருமை அடையாத தந்தை இருக்க முடியாது. அந்த வகையில் பார்க்கும்போது சிவகார்த்திகேயன் அவரின் தந்தையின் எதிர் பார்ப்பை நிறைவேற்றி விட்டார் என்றுதான் சொல்ல வேண்டும்.

இதனை கடந்து அவரிடம் மண்டிக் கிடக்கும் தாராள குணம், மற்றவர்களுக்கு உதவ வேண்டும் என்கிற உணர்வு. இந்த உணர்வு

பெரும்பாலான சினிமாக்காரர்களுக்கு இல்லை. ஆனால் இவரிடம் இருக்கிறது. இதற்கு காரணம் கூட அவர் ரத்தத்தில் ஊறிய ஒன்றாய் இருக்கலாம், அவரின் தந்தையின் மூலமாக. இறைவன் நமக்கு கொடுகின்ற அபரிமிதமான் செல்வம் மற்றவர்களுக்கும் சிறிதேனும் பிரித்து கொடுக்கத்தான் என்பதை பெரும்பாலோர் உணர்வ தில்லை. அப்படி உணர்ந்து செயல்படுபவர்கள் மகான்களா கிறார்கள்.

இளைய தலைமுறை சிவகார்த்திக்கேயனிடமிருந்து கற்றுக் கொள்ள வேண்டியது அர்ப்பணிப்பு உணர்வும், கடின உழைப்பும் மட்டுமல்ல, நல்லொழுக்கத்தையும், எளிமையையும், ஈகை குணத்தையும்கூட.

•

## 13. சிவகார்த்திகேயனின் வளர்ச்சி

சிவகார்த்திகேயனின் வளர்ச்சி இப்போது உச்சத்தில் இருக்கிறது. அவரது நடிப்பில் கடைசியாக வெளியான அமரன் திரைப்படம் மிகப்பெரிய ப்ளாக் பஸ்டர் ஆனது. விமர்சன ரீதியாக மட்டுமின்றி வசூல் ரீதியாகவும் படம் சக்கைப் போடு போட்டது. இதுவரை 350 கோடி ரூபாய் வரை வசூலை நெருங்கியிருப்பதாக பாக்ஸ் ஆஃபிஸ் வட்டாரங்கள் தெரிவிக்கின்றன. இந்தச் சூழலில் அவர் குறித்து பிரபல நடிகர் பிளாக் பாண்டி பேசியிருக்கும் விஷயம் அதிர்ச்சியை ஏற்படுத்தியிருக்கிறது.

விஜய் அரசியலுக்கு சென்று விட்டார். அதன் காரணமாக இன்னும் ஒரு படத்தில் மட்டும் நடித்து விட்டு சினிமாவிலிருந்து விலகுகிறார். இதனையடுத்து அந்த இடத்துக்கு யார் வருவார் என்ற எதிர்பார்ப்பு ஒட்டுமொத்த கோலிவுட்டுக்கும் ஏற்பட்டது. சூழல் இப்படி இருக்க விஜய் கடைசியாக நடித்த GOAT படத்தில் சிவகார்த்திகேயன் கெஸ்ட் ரோலில் நடித்திருந்தார். அப்போது அவரிடம் விஜய், துப்பாக்கிய பிடிங்க சிவா; க்ரவுண்ட்ல இருக்க லட்சக்கணக்கான உயிர் இப்போ உங்க கைல என்று வசனம் பேசினார். அதனையடுத்து

தன்னுடைய இடத்தை சிவகார்த்திகேயனிடம் விஜய் ஒப்படைத்து விட்டார் என்று பலரும் பேசினார்கள்.

அமரன் ரிலீஸ்ஸுக்கு பிறகு அடுத்த விஜய் சிவகார்த்திகேயன் தான் என்று அவரது ரசிகர்கள் கூறினார்கள். அதற்கு தகுந்தாற்போல் தான் அவரது நடிப்பில் கடைசியாக வெளியான அமரன் திரைப்படம் அமைந்தது. விமர்சன ரீதியாக படம் ஏகத்துக்கும் கொண்டாடப் பட்டது. அதேபோல் வசூல் ரீதியாகவும் சக்கைப்போடு போட்டது. இதுவரை 350 கோடி ரூபாய்வரை படம் வசூலித்திருப்பதாக கூறப்படுகிறது. இதனால் எஸ்.கே இனி 300 கோடி க்ளப் ஹீரோ என்ற பெயரையும் பெற்றிருக்கிறார். அமரன் படத்தின் வெற்றிக்கு பிறகு சிவகார்த்திகேயன் கைவசம் ஏகப்பட்ட படங்கள் இருக் கின்றன. சுதா கொங்கரா இயக்கத்தில் புறநானூறு, வெங்கட் பிரபு இயக்கத்தில் ஒரு படம், சிபி சக்கரவர்த்தி இயக்கத்தில் ஒரு படம், ஏ.ஆர்.முருகதாஸ் இயக்கத்தில் ஒரு படம் என படுபிஸியாக இருக் கிறார். அதுமட்டுமின்றி படங்களையும் தயாரித்து வருகிறார் என்பது குறிப்பிடத்தக்கது. கடைசியாக அவர் கொட்டுக்காளி திரைப் படத்தை தயாரித்திருந்தார்.

சிவகார்த்திகேயன் ஹீரோவாக அறிமுகமான மெரினா படத்தில் அவருக்கான சம்பளம் பத்தாயிரம் ரூபாய். இப்போது அமரனுக்கு அவர் வாங்கியிருப்பதாக கூறப்படும் சம்பளம் கிட்டதட்ட 25 கோடி ரூபாய். மேலும் அமரன் படத்தின் மாபெரும் வெற்றிக்கு பிறகு சிவகார்த்திகேயன் தனது சம்பளத்தை 25 கோடி ரூபாயி லிருந்து 50 கோடி ரூபாய்வரை உயர்த்தி விட்டதாக கூறப்படுகிறது. அதுமட்டுமின்றி மற்ற மொழிகளிலும் சிவாவுக்கான மார்க்கெட் அமரன் படத்தின் மூலம் ஓபன் ஆகிவிட்டதாக தெரிகிறது.

நடிகர் சிவகார்த்திகேயன் தமிழில் சினிமாவில் இன்று தவிர்க்க முடியாத முன்னனி நடிகராக வலம் வருகிறார். ஏ.ஆர் முருகதாஸ், சுதா கொங்கரா போன்ற முன்னணி இயக்குனர்களின் இயக்கத்தில் நடித்து வருகிறார். இவர் அளித்த பேட்டி ஒன்றில் அவர் பேசிய வீடியோ சமூக வலைதளங்களில் வைரலாகி வருகிறது. அதில், சினிமா துறையில் என்னை போன்ற சாதாரண மனிதர்கள் வருவதை

சிலர் மட்டுமே வரவேற்கின்றனர். அதை ஏற்றுக்கொள்ள சிலருக்கு மனம் இல்லை. இந்த துறைக்கு வருவதற்கு அவர் யார் என்று கேட்டனர். இன்னும் சிலர் என் முகத்துக்கு நேராகவே 'இந்த துரை நீ என்ன செய்து கொண்டிருக்கிறாய்' என்று கேட்டனர். அவர்களுக்கு நான் எந்த பதிலும் சொல்லாமல் கொண்டே சிரித்துக் கொண்டே கடந்து விடுகிறேன். என்னுடைய வெற்றியின் மூலம் அவர்களுக்கு நான் பதில் தர விரும்பவில்லை. ஏனெனில், என் வெற்றி அவர்களுக்கானது அல்ல; என் வெற்றி என்னைச் சேர்ந்தது. 100 சதவீத உழைப்பை போடும் என்னுடைய குழுவினருக்கானது. வெற்றியோ தோல்வியோ என்னை கொண்டாடும் என் ரசிகர்களுக் கானது.

உங்களை போல நாங்களும் வர வேண்டும் அண்ணா என்று சொல்லும் மக்களுக்கானது. கடந்து செல்வது மட்டுமே அவர்களை கையாள்வதற்கான ஒரே வழி. இன்னும் சிலர் சமூக வலைதளங் களில் என் படம் தோல்வியடைந்தால் அதற்கு காரணம் நான் தான் என்று கூறி என்னை தாக்குவார்கள். ஆனால், என் படம் வெற்றி அடைந்தால் என்னை தவிர மற்ற எல்லாரையும் பாராட்டுவார்கள் என சிவகார்த்திகேயன் தெரிவித்திருந்தார்.

சிவகார்த்திகேயன் நடிப்பில் கடைசியாக வெளியான அமரன் திரைப்படம் மெகா ஹிட்டானது. தற்போது அவர் சுதா கொங்கரா இயக்கத்திலும், ஏ.ஆர்.முருகதாஸ் இயக்கத்திலும், சிபி சக்கரவர்த்தி இயக்கத்திலும் நடித்து வருகிறார். இவற்றில் அத்தனை படங் களுக்குமே மிகப்பெரிய எதிர்பார்ப்பு எழுந்திருக்கிறது. இந்தச் சூழலில் சிவகார்த்திகேயன் கொடுத்திருக்கும் பேட்டி ஒன்று ட்ரெண்டாகியிருக்கிறது.

கோலிவுட்டின் இப்போதைய டாப் ஹீரோக்களில் ஒருவராக வளர்ந்திருக்கிறார் சிவகார்த்திகேயன். ஆரம்பத்தில் கடுமையான எதிர்ப்புகளையும் ட்ரோல்களையும் சந்தித்த அவர் இப்போது விமர்சித்தவர்களின் வாயை அடைத்திருக்கிறார். பத்து படங்களுக்குள் காணாமல் போய் விடுவார் என்று ஆரூடம் கூறியவர்கள் எல்லாம் இப்போது எங்கு இருக்கிறார்கள் என்றே தெரியவில்லை. அந்த

அளவுக்கு அவரது வளர்ச்சி அபரிமிதமாக இருக்கிறது. அவருக் கென்று பெரும் ரசிகர் பட்டாளமே உருவாகியிருக்கிறது. அதற் கேற்றபடிதான் அவரின் படங்களுடைய ரிசல்ட்டும் இருக்கிறது. கடைசியாக வெளியான அமரன் திரைப்படம்கூட 300 கோடி ரூபாய்வரை உலகம் முழுவதும் வசூல் செய்து சாதனை படைத்தது. இதனால் அவர்தான் இப்போதைக்கு பெரிய கமர்ஷியல் ஹீரோக் களில் ஒருவராக திகழ்கிறார். சிவா மட்டும்தான்: முக்கியமாக கடந்த வருடம் சூர்யா, தனுஷ் உள்ளிட்டோர் நடித்த படங்கள் எல்லாம் படுமோசமான தோல்வியை சந்தித்தன. வசூலும் பெரிதாக செய்யவில்லை. ஆனால் சிவாவோ கடந்த வருடத்தில் அமரன் என்ற மெகா ஹிட் படத்தை கொடுத்து விட்டார். இதனால் அவரது சம்பளமும் படுவேகமாக உயர்ந்திருக்கிறது. இப்போது அவர் தனது சம்பளமாக 50 கோடி ரூபாய்க்கும் மேல் பெறுகிறார் என்று ஒரு தகவல் ஓடிக்கொண்டிருப்பது குறிப்பிடத்தக்கது.

ஷூட்டிங் ஸ்பாட்டில் பெண்களை கடத்த முயற்சி.. காஷ்மீரில் சண்டை போட்ட எம்ஜிஆர்.. நடிகை சொன்ன சீக்ரெட் அடுத்த படங்கள்: அமரன் படத்தை முடித்திருக்கும் சிவகார்த்திகேயன் இப்போது சுதா கொங்கரா இயக்கத்தில் ஒரு படத்தில் நடித்து வருகிறார். அதில் அவருடன் ரவி மோகன், அதர்வா, ஸ்ரீலீலா உள்ளிட்டோரும் நடிக்கிறார்கள். இந்தப் படம் தவிர்த்து ஏ.ஆர்.முருகதாஸ் இயக்கத்தில் ஒரு படத்தில் கமிட்டானார். அந்தப் படத்தின் பணிகளும் முடியும் தருவாயில் இருக்கிறது. மேலும் சிபி சக்கரவர்த்தி இயக்கத்திலும் ஒரு படத்தில் நடிக்க கமிட்டாகியிருக் கிறார். அநேகமாக வெங்கட் பிரபுவுடன் அவர் இணையலாம் என்று எதிர்பார்க்கப்படுகிறது. இந்நிலையில் சிவகார்த்திகேயன் கொடுத் திருக்கும் பேட்டி ஒன்று சமூக வலைதளங்களில் ட்ரெண்டாகியிருக் கிறது. அந்தப் பேட்டியில் பேசிய அவர், “எனக்கு மரியாதைதான் முக்கியம். அதை ரொம்பவே எதிர்பார்ப்பேன். அப்படி மரியாதை கிடைக்காவிட்டால் அவர் யாராக இருந்தாலும், அவரால் எனக்கு எவ்வளவு பெரிய ஆதாயம் கிடைத்தாலும் அவரிடமிருந்து விலகி விடுவேன்” என்றார். இதனைப் பார்த்த ரசிகர்கள் சிவகார்த்திகேயன் மறைமுகமாக யாரையோ சாடியிருக்கிறார் என்று கூறி வருகிறார்கள்.

●

# 14. எஸ்.கே.வின் திருப்புமுனை திரைப்படங்கள்

**வாலிபர் சங்கம்**

ஒரு நடிகன் ஒரு புதிய படத்தில் அறிமுகமாவது என்பது அவரை பொருத்தவரை மிகப்பெரும் சாதனை என்று தான் சொல்ல வேண்டும். அதனை கடந்து அந்தப் படம் ஒரு வெற்றி படமாக அமைவது என்பது அவரின் அதிர்ஷ்டம் என்றுதான் சொல்ல வேண்டும். எஸ்.கேவிற்கு மெரினா ஒரு அறிமுக படமாக இருந்தாலும் அவரை தமிழக பட்டிதொட்டி எங்கும் அறிமுகபடுத்தியது வருத்தப்படாத வாலிபர் சங்கம் என்று தான் கூறமுடியும். இதற்கு முன்பு சிவா நடித்திருந்த படங்களிலிருந்து வாலிபர் சங்கம் ஒரு மாறுபட்ட படக்கதையை கொண்டிருந்ததும் அதற்கு இணையாக சிவாவின் பக்குவமடைந்த நடிப்பும் சிவாவை ஒரு உச்ச நாயகனாய் மாற்றியது. அவருக்கு துணையாய் இருந்து தோள் கொடுத்த சூரியையும் இங்கே குறிப்பிட்டு சொல்ல வேண்டும்.

ஒருவரை மாற்றி ஒருவர் கலாய்த்து கொள்வதிலும் ஒரு காமெடி கதையாக இருந்தாலும் சமயம் வரும்போது சிவா ஒரு நாயகன் தன்மையை வெளிப்படுத்துவதிலும் அவரை இந்த படம் ஒரு

உச்சத்திற்கு கொண்டு போய் விட்டது. காமெடியோடே கதை நகர்ந்து கொண்டிருக்கும்போது நாயகி வீட்டு பசு மாடு கிணற்றில் விழுந்து விட சற்றும் யோசிக்காது கிணற்றில் குதித்து அந்த பசுவை மீட்பது நாயகன் சாகச தனத்திற்கு ஒரு எடுத்துக்காட்டாக அமைந்தது. இந்த படத்திலிருந்து சிவா ஒரு புதிய விஸ்வரூபம் எடுத்தார் என்று சொன்னால் அது மிகையாகாது. அதுபோல இந்த படம் அவருக்கு அமைந்து போனது. வெறுப்பையே உமிழ்ந்து கொண்டிருக்கும் சத்யராஜ் அதுவும் இளைய சமூகத்தினர் மீது நல்ல எண்ணம் கொண்டிராத அவரின் மனதை மாற்றி சிவாவை ஏற்று கொள்கிற அளவில் அவரை இறங்கி வர செய்தது அந்த பசுவை மீட்ட காட்சி.

நாயகனை படம் முழுக்க காமெடி செய்ய வைக்கலாம் அது அந்த கதையின் பின்னணியாக கூட இருக்கலாம். ஆனால் சமயம் வைக்கும்போது சந்தர்ப்பம் வரும்போது அந்த நாயகனின் நாயக தனத்தை சரிவர வெளிக்கொண்டு வரவேண்டியது ஒரு இயக்குனரின் கடமை. அதனை உணர்ந்து இயக்குனர் செயல்பட்டிருக்கிறார் என்பது ஒரு சில காட்சிகள் மூலம் தெரிய வருகிறது. சிவாவிற்கு வெறும் காமெடி மட்டுமே வரும் என்கிற அப்போதைய ரசிகர் களின் அவர் மீதிருந்த எண்ணம் இந்த படத்தின் மூலம் பொய் யாக்கப்பட்டிருக்கிறது. இதிலிருந்து சிவா தனக்கான பாதையை தேர்வு செய்து அடுத்தடுத்து வந்த படங்களின் மூலம் தனது நாயகத் தன்மையை நிரூபித்து வந்தார்.

### காக்கி சட்டை

வாலிபர் சங்கத்தை தொடர்ந்து அடுத்த வருடம் வெளிவந்த காக்கி சட்டை முற்றிலும் ஒரு மாறுபட்ட கதையை அமைந்தது. இதற்கு முந்தைய படங்களில் இவரை ஆக்கிரமித்து வைத்திருந்த இவரின் உடன் பிறந்த உணர்வான காமெடி என்பது இந்த படத்திலிருந்து அவரிடமிருந்து சிறிது சிறிதாக விடுதலை பெற தொடங்கியது. காதலியை காதல் வலையில் விழ செய்வதற்கு இவர் ஆடும் பிரத்யேக உடல் மொழியில் நம்முடைய பழைய எஸ்.கே தெரிய வருகிறார் என்றிருந்தாலும் கதை சூடு பிடித்து ஒரு சீரியஸ் ட்ராக்கில்

பயணிக்கும்போது பழைய சிவா நம் கண்களுக்கு புலனாகாமல் ஒரு புதிய விஸ்வரூபம் எடுத்த கதாநாயகன் மட்டுமே நம் கண்களுக்கு தெரிய வருகிறார். ப்ளைட் டேக் ஆப் ஆனதும் மேலேயே மிதந்து கொண்டு பயணிப்பதை போல சிவா அந்த சீரியஸ் ட்ராக்கில் நுழைந்ததும் அந்த சீரியஸ் மூடோடே படம் முழுக்க பயணிக்கிறார். அந்த வகையில் காக்கி சட்டை அவருக்கு ஒரு முழு கதாநாயக அந்தஸ்தை ஏற்படுத்தி கொடுத்த படம் என்று சொல்லலாம்.

வாலிபர் சங்கம் அவருக்கு ஒரு வெற்றி பாதையில் திருப்பு முனையாக இருந்தாலும் படம் முழுக்க கதாநாயக பிம்பத்தை தாங்கி பிடிப்பவராய் சூரி இருந்து வருகிறார். அவர் சிவாவுக்கு அந்த படம் முழுக்க ஒரு ஊன்றுகோல் போலத்தான் இருந்தார் என்று சொல்லலாம். சூரியை தவிர்த்து வாலிபர் சங்கத்தை நாம் நினைத்து பார்க்க முடியாது என்கிற ரீதியில் அந்த கதை புனையப் பட்டிருக்கும். ஆனால் காக்கி சட்டை அப்படியல்ல சிவா இல்லை என்றால் அந்த கதையல்ல என்கிற ரீதியிலான கதை அது. அதனால் தான் காக்கி சட்டையை சிவாவின் நாயக அவதார திருப்புமுனை படம் என்று கூறலாம். ஒரு மிடுக்கான போலீஸ் அவதாரம் இந்த படத்தில் அவருக்கு அமைந்தது. பெரும்பாலான காட்சிகளில் அவர் காக்கி உடை அணியாமல் வலம் வந்தாலும் புலன் விசாரணை சார்ந்த இந்த படம் அவரின் மிடுக்கான நடிப்பிற்கு அடித்தளம் அமைத்து கொடுத்தது என்று சொன்னால் அது மிகையாகாது.

உடல் உறுப்பு திருட்டு சார்ந்த கதையை பின் பகுதியில் நகர்த்தி கொண்டு போவது சிவாவின் பாத்திரமே. ஆரம்பத்தில் காதலிப்பதற் காக அவரின் மாமூல் மேனரிசம் கைக்கொடுத்தாலும் கதை சீரியஸ் போக்கில் பயணிக்க ஆரம்பித்ததும் சிவா தன்னுடைய மாமூல் சிரிப்பு கிண்டல் இத்யாதி விசயத்திலிருந்து யூ டர்ன் அடித்து விரைப் புடன் விசாரணை அதிகாரியாய் கதையை நகர்த்தி கொண்டு போய் கதையின் இலக்கை பூர்த்தி செய்கிறார். அவருக்கு நம்மை சிரிக்க வைக்கவும் தெரிகிறது, ஒரு சீரியஸ் கதாபாத்திரத்தோடு ஒன்றி பயணிக்கவும் தெரிகிறது. ஒரு சினிமாவுக்கு லவ் ட்ராக் முக்கியமான ஒன்றாக இருந்தாலும் அது ஆரம்ப காட்சிகளின் ஒரு அங்கமாக

மட்டுமே இருக்கும். அதனை தொடர்ந்து கதையின் முக்கிய இலக்கு வேறு ஒன்றாக இருக்கும்போது நாயகன் டூயட் பாடுவதை சற்று ஒதுக்கி வைத்து விட்டு தனக்கான சில கடமைகளை திரைக்கதையில் அரங்கேற்ற காதலியை விட்டு வரவேண்டும். அந்த உத்தி இந்த படத்திலும் கையாளப்பட்டுள்ளது. ஒரு கட்டத்தில் படம் சூடு பிடிக்கையில் அவரின் உயர் அதிகாரி வெடி குண்டு விபத்தில் கொல்லப்படுகையில் அதிலிருந்து சிவா ஒரு சீரியஸ் கதாநாயகனாய் உருவெடுக்கிறார். அந்த கதை எதற்காக உருவாக்கப்பட்டதோ அதை நோக்கி நகர்த்தி செல்கிறார். அதற்கு பிறகு அவரின் மாமூல் கிண்டல் கேலி சிரிப்பு எல்லாம் மறைந்து போகிறது. அந்த அளவில் ஒரு நாயகன் தன்னுடைய மேனரிசத்தை ஒரு பச்சோந்தி போல மாற்றி கொள்ள வேண்டி இருக்கிறது. அதனை சிவா செவ்வனே செய்கிறார்.

**ரெமோ-ஒரு புதிய அவதாரம்**

இருபதாண்டுகளுக்கு முன்பு பழம்பெரும் சினிமா கலைஞர் களை குறித்த கட்டுரைக்காக ஒரு மூத்த நடிகை ஒருவரை சந்திக்க திருவல்லிக்கேணி சென்றிருந்தேன் அங்கு ஒரு பழம்பெரும் நடிகரை சந்திக்க நேர்ந்தது. முதல் மரியாதையில் 'சாமீ ..எனக்கு ஒரு உண்மை தெரிஞ்சாகனும்...' என்று நடிகர் திலகத்தை பார்த்து கேட்ட ஒரு கதாபாத்திரம் அவர். வீராசாமி என்பது அவர் பெயர். அவர் ஒரு விசயத்தை அப்போது என்னிடம் கூறினார். அந்த காலத்தில் நானும், சிவாஜி கணேசனும் நாடகத்தில் நடித்தவர்கள். அவர் ஸ்திரிபார்ட் என்று கூறப்படுகிற பெண் வேடமேற்று நடித்தார், நான் ராஜபார்ட் என்கிற ஆண் வேடமிட்டு நடிப்பேன். இதனை கடந்து அவர் கூறிய ஒரு விஷயம் தான் என்னை பிரமிக்க வைத்தது அவரின் நடிப்பு திறன் குறித்த ஞானத்தை நினைத்து. 'சினிமாவில் கணேசன் நடிக்கும்போது அவர் நடிப்பில் ஒரு மென்மைத்தனம் வெளிப்படும் தெரியுமா அது அதன் பாதிப்பு தான் இருந்தாலும் அதிலும் ஒரு விதமான ரசிக்கும்படியான அழகு வெளிப்படும்' என்று கூறியதில் அவர் எந்த அளவு ஒரு நடிகனின் மேனரிசத்தை உற்றுநோக்கி யுள்ளார் என்று தெரிய வருகிறது. இதனை குறித்தும் கூட அறிந்து கொள்ள வேண்டிதான் என்னவோ வீராசாமி முதல் மரியாதை

படத்தில் நடிகர் திலகத்தை பார்த்து 'சாமீ... எனக்கு ஒரு உண்மை தெரிஞ்சாகனும்' என்று கேட்டாரோ என்று யோசிக்க வேண்டியுள்ளது.

நடிகனுக்குள் பல அவதாரங்கள் ஒளிந்திருக்கின்றன. அவனுக்குள் ஒரு கதாநாயகன் மட்டும் ஒளிந்திருக்கவில்லை, ஒரு காமெடியன் ஒரு வில்லன் மட்டுமல்லாது சிறிய அளவில் நடிகைகளும் ஒளிந் திருக்கிறார்கள், ஏறு தான் சொல்ல வேண்டும். இவர்களை கடந்து ஒரு நடிகன் தன்னை வெளிப்படுத்தி விட முடியாது. அவ்வை ஷண்முகியை பார்க்கும்வரை கமலுக்குள் ஒளிந்திருந்த மடிசார் மாமியை நாம் அறிந்திருக்கவில்லை. ஒரு நடிகனை இனம் கண்டு கொண்டு இவரால் இதை செய்ய முடியும் என்று நம்பிக்கை கொள்கிற இயக்குனர்கள் சாதனையாளர் வரிசையில் இடம் பிடிக் கிறார்கள். அவரை தொடர்ந்து அவரின் கனவை நிறைவேற்றுகின்ற நடிகனும் சாதனை கலைஞர் வரிசையில் இடம் பிடிக்கிறார்.

மெரினா மற்றும் வாலிபர் சங்கம் வந்த போது இவர் இப்படிதான் என்று நாம் எல்லோரும் ஒரு முடிவுக்கு வந்தோம். காக்கி சட்டை நமது முடிவில் சிறிய மாற்றத்தை ஏற்படுத்தியது. ஆனால் அதனை யெல்லாம் கடந்து சிவா நடித்திருந்த 'ரெமோ' நாம் எதிர்பார்க்காத ஒரு இடத்தில கொண்டு போய் நம்மை நிறுத்தி விட்டது என்று தான் கூற முடியும். கதாநாயகன் பெண் வேடம் ஏற்று நடிப்பது என்பது மிகவும் சவாலான விசயமாகும். தமிழ் திரைப்படங்களில் வெகு சிலரே அந்த சவாலை எதிர்கொண்டுள்ளனர். கதாநாயகன் பெண் வேடத்தில் எனும்போது நம் கண்முன் வருவது அவ்வை ஷண்முகி கமல். மாமி வேடத்தில் எங்கேயும் அவரின் நிஜமுகம் தெரிய வராது.

ஹாலிவுட்டில் 1993ல் வெளிவந்த திரைப்படம் 'மிசர்ஸ். டவுட்பையர்' (Mrs.Doubtfire) இந்த படத்தில் கதாநாயகன் ராபின் வில்லியம்ஸ் பெண் வேடம் ஏற்று நடித்திருப்பார். அதன் சாயலில் உருவாக்கப்பட்டது தான் அவ்வை ஷண்முகி . மேற்கண்ட இரண்டு படங்களின் தன்மையும் வேறு சிவா நடித்திருந்த 'ரெமோ' படத்தின் தன்மை வேறு. இந்தப் படத்தில் சிவா நர்ஸ் வேடத்தில் தோன்றிய போது அவர் அந்த பாத்திரத்தோடு ஒன்றி போனதை தான் நம்மால்

உணர முடிகிறது. இதுபோன்ற கதாபாத்திரங்கள் எல்லாம் அவ்வளவு எளிதான ஒன்றல்ல. முழுக்க முழுக்க ஒரு அர்ப்பணிப்பு உணர்வு இருந்தால் மட்டுமே இதெல்லாம் சாத்தியமாகும். சிவாவின் அர்ப்பணிப்பு உணர்விற்கு இது மிகப்பெரிய சாட்சியாகும். அதுவும் ஒரு காட்சியில் நாயகியோடு நர்ஸ் வேடத்தில் சாலையில் நடந்து சென்று கொண்டிருக்கும்போது வில்லன்கள் நாயகியை சீண்டும் போது நர்ஸ் வேடத்தில் இருக்கும் சிவா சற்று மறைந்து போய் மீண்டும் நிஜ நாயகனாய் தோன்றி வில்லன்களை புரட்டி அடிப்பதில் ஒரு மிடுக்குத்தனம் தெரிய வரும். மென்மையிலிருந்து முரட்டுத் தனத்திற்கு ஒரு திடீர் மாற்றம் அங்கு அரங்கேறி இருக்கும். இது போன்ற தனி சிறப்பு வாய்ந்த திரைக்கதைகள் நாயகனின் தனித்திறமையை வெளி கொண்டு வருகிற விஷயங்கள்.

கமலுக்கு அடுத்து வேறு எந்த சமகால முன்னணி நடிகர்களும் பெண் வேடமிட்டு நடித்ததாக தெரியவில்லை. அந்த அளவில் அவர்களுக்கு திரைக்கதை அமையவில்லையோ அல்லது ரிஸ்க் எடுக்க துணிச்சல் இல்லையோ என்று தெரியவில்லை. ஆனால் அந்த பாக்கியம் அரிய வாய்ப்பு சிவகார்த்திக்கேயனுக்கு அமைந்தது. அது அவருக்கு நற்பெயரையும் வெற்றியையும் பெற்று தந்தது. பெண் வேடம் ஏற்று நடிப்பது என்பது கத்தி மேல் நடப்பதற்கு சமமானது. அதில் மேனரிசம் மிக மிக முக்கியமானது. ஒரேயடியாய் பெண் தன்மைக்கு சென்று விடாமல் பெண் வேடத்தில் ஓர் ஆண் தன்மை கொண்ட கதாபாத்திரங்களே ரசிக்கும்படியாய் இருக்கும். இதில் நளினம் என்பது மிக மிக முக்கியமான ஒன்று. அந்த நளினத் தன்மையில் ஒரு இன்ச் பிசகினாலும் ஹீரோயிஸ இமேஜ் அடி வாங்கிடும். அந்த அளவு இந்த விசயத்தில் நளினத்தன்மை அதி முக்கியத்துவம் வாய்ந்ததாகும். அதனை உணர்ந்து சிவா செயல் பட்டுள்ளார். இயக்குனர் அவரை இயக்கியுள்ளார். அவ்வை ஷண்முகி படத்திலும் இதனை காண முடியும்.

ஒரு ரவுடித்தனமிக்க மாமியாய் கமல் வலம் வந்ததை நாம் கூர்ந்து நோக்க வேண்டும். மிகைப்படுத்தப்பட்ட நளினம் ரசிக்கத்தக்கதாக இருக்காது. ஒரு ஆண்மை தனமான துணிச்சல்மிக்க பெண் கதா பாத்திரமே அழகு. அதைத்தான் நாம் அவ்வை ஷண்முகியில்

பார்த்தோம். அடுத்து சிவாவின் ரெமோவில் பார்த்தோம். கமல் ஐம்பதாண்டு கழித்து கமல் ஏற்று கொண்ட சவாலை சிவா ஐந்தே ஆண்டுகளில் ஏற்று கொண்டார். அந்த அளவில் இவருக்கு அதற்கான வாய்ப்பும் வைத்தது. வேறு சில நாயகர்களும் ஆங்காங்கே இந்த முயற்சியில் ஈடுபட்டனர். ஆனால் அதெல்லாம் ஒரு காமெடி ட்ராக் அளவில் தான் இருந்தது என்று சொல்ல வேண்டும். ஒரு முழு நீள திரைக்கதை அமைப்பு கொண்ட இதுபோன்ற கதாபாத்திரம் சிவாவுக்கு மட்டுமே வாய்த்தது. அவர் தன்னை நிரூபித்தும் காண்பித்தார் என்பதையும் இங்கே சுட்டிக்காட்ட வேண்டியுள்ளது. 'உனக்கு ஒரு தங்கை பிறந்திருந்தால் இப்படித்தான் இருந்திருப் பாள்' என்று சிவாவின் தாய் கூறுகிற அளவில் ரெமோ கதாபாத்திரம் சிவாவிற்கு கனகச்சிதமாக பொருந்தி இருந்ததை சுட்டி காண்பிக்க வேண்டியிருக்கிறது.

ஒரு வளர்ந்து வருகிற கதாநாயகனுக்கு அமைகிற ஒவ்வொரு படமும் உச்சத்தை அடைவதற்கான ஒரு படிக்கட்டு என்று கூறலாம். வாலிபர் சங்கம் மூலம் தனக்கான ஒரு இடத்தை பிடித்துக் கொண்டு பிறகு காக்கி சட்டை மூலம் ஒரு சோலோ ஹீரோவாக பரிணாம வளர்ச்சி பெற்று பிறகு தன்னால் முற்றிலும் மாறுபட்ட வேடமேற்று நடிக்க முடியும் என்று நிரூபித்த சிவா வேலைக்காரன் மூலம் இன்னொரு பரிமாணத்தை அடைந்தார் என்று கூறலாம். சமகால அரசியலை பேசும் தமிழ் திரைப்படங்கள் அவ்வப்போது வந்து கொண்டு தான் இருக்கிறது. தமிழ் திரைப்படங்களில் உழைக்கும் வர்க்கத்தினர் பக்கம் நின்று குரல் கொடுக்கும் சிந்தனை கொண்ட படங்கள் என்பது வானில் தோன்றும் வால் நட்சத்திரங்களை போன்றது. துலாபாரம் (1968), சிவப்பு மல்லி (1981), கண் சிவந்தால் மண் சிவக்கும் (1983), ஏழாவது மனிதன் (1982) போன்ற படங்கள் எல்லாமே தொழிலாளர் பிரச்சனை மற்றும் முதலாளித்துவ சுரண்ட லுக்கு எதிரான போராட்டம் பற்றி தான் பேசியது.

சிவகார்த்திகேயன் நடிப்பில் வெளி வந்த வேலைக்காரன் (2017) தொழிலாளர் பிரச்சனை மட்டுமன்றி ஒரு படி மேலே போய் தொழிலாளி உற்பத்தி செய்யும் அவர்களின் பொருளின் தரம் குறித்த கேள்வி மற்றும் ஒரு சில பன்னாட்டு நிறுவனங்களின் அடித்தள

மக்களின் உடல் ஆரோக்கியத்தில் அக்கறையின்றி செய்யப்படுகிற கள்ளத்தனத்தையும் தோலுரித்து காண்பித்தது. இதுவரை சினிமா வில் தொழிற்சாலை வாசல் வரையே கேமரா நின்று விடும். இந்த படத்தில் தான் முதல் முறையாய் கேமரா தொழிற்சாலைக்குள் சென்று உற்பத்தி முறையையே படம் பிடித்து ரசிகர்களுக்கு காண் பித்திருக்கிறது. சுரண்டல் என்பது வெறுமனே தொழிலாளர் மத்தியில் மட்டுமல்ல பொது மக்களாகிய அப்பாவி நுகர்வோர் களையும் குறி வைத்து பன்னாட்டு நிறுவனத்து சுரண்டல் அரங்கேறி வருவதை இந்த திரைப்படம் படம்பிடித்து காண்பித்தது. இது தமிழ் சினிமாவுக்கு புதிய ஒன்று. அது சிவா மூலம் சாத்தியமாகியிருக் கிறது. இந்தப் படம் ஒரு சீரியஸ் படம் என்பதால் முழுக்க முழுக்க சீரியஸ் கதாநாயகனைத்தான் நாம் காண முடிகிறது. அவரின் மாமூல் தனங்கள் எல்லாம் பேட் அவுட் ஆகியிருக்கும். இந்த படத்தில் ஒரு சீரியஸ் கதையம்சம் மிக்க கதை இது. முழுக்க முழுக்க சமூக நோக்கு மிக்க மாமூல் திரைப்படங்களில் இருந்து வேறுபட்ட படம் இது என்று சொன்னால் அது மிகையாகாது.

சென்னை நகரை சுத்தம் செய்கிற முயற்சியாய் சென்னை கூவம் கரையோரம் காலகாலமாய் வசித்து வந்த குடிசைவாசிகளை சென்னைக்கு ஒதுக்குப்புறமாய் சுற்றிலும் யாதொரு வசதியுமில்லாத ஒரு அடுக்குமாடி வீடு கட்டி குடியேற வைக்கிறது. அப்படி குடியேறுகிற குடும்பத்தின் ஒரு நபர் தான் கதையின் நாயகன். இந்த அடுக்குமாடி கட்டிடம் ஊருக்கு வெளியே ஒதுக்குபுறமாய் என்பதைவிட அந்த கட்டிடமே ஒரு பலவீனமான கட்டிடம் என்பது தான் கதையே. அந்த கட்டிடத்தை கட்டிய அரசியல்வாதிகளின் ஊழலை நாயகன் வெளிக்கொண்டு வருகிறார். படத்தின் பாதிவரை ஒரு சாதாரண பிரஜையாக இருக்கும் நாயகன் இரண்டாம் பாதி யிலிருந்து இறுதிவரை கதையை தமது நாயகன் சுமந்து செல்கிறார். இந்த படமும் முழுக்க முழுக்க சமூக சிந்தனை கொண்ட படமே. இதிலும் கூட சிவாவை வேறு ஒரு தளத்தில் வைத்து தான் பார்க்க முடியும். காமெடி என்கிற விஷயம் எதையும் இந்த படம் தன்னுள் கொண்டிராது. அரசு கொள்கையினால் அவர்களின் இடைத்தரார் களால் அப்பாவி சேரி வாழ் மக்கள் எப்படி பாதிக்கப்படுகிறார்கள்

என்றது இந்த படம். இந்த படமும் சிவாவின் முன்னேற்றத்தில் ஒரு மைல் கல் என்று சொன்னால் அது மிகையாகாது.

**காமெடியன் டு கதாநாயகன்**

திரைப்படத்தில் காமெடியன் கதாபாத்திரம் ஒரு துணை பதார்த்தம் என்று தான் நாம் நினைத்து கொண்டிருக்கிறோம். ஆனால் ஒரு சில திரைப்படங்களில் திரைக்கதை தொய்ந்து விடும் போது கதையை தூக்கி பிடிப்பது காமெடியன்களாகவே இருந்து வருகின்றனர். திருவிளையாடல் திரைப்படம் ஒவ்வொரு எபிசோடாக இருக்கும். அதில் நாகேஷின் தருமி எபிசோட் இன்று வரை நம்மால் மறக்க முடியாத ஒன்று. இன்று அந்த காட்சியை பார்த்தாலும் நாம் மெய் மறந்து ரசிப்போம். அந்த கேள்வி பதில் காட்சியில் ஒவ்வொரு ஷாட்களும் மிக முக்கியத்துவம் வாய்ந்தவை. அதில் சிவாஜியையே மிஞ்சி விடுவார் நாகேஷ். அப்படி ஒரு முக பாவம் உடல் மொழி வெறுப்புணர்வு கசப்புணர்வு, அந்த வகையில் வசன உச்சரிப்பு. அந்த காட்சியில் சிவாஜி என்ன தான் மிடுக்கோடு நடித்திருந்தாலும் நாகேஷின் உடல் மொழியே நம்முள் இன்று வரை நம் கண்ணுக்குள் ஒளிந்திருக்கிறது. அதிலும் அரசவையில் அந்த தொகைக்காக ஆசைப்பட்டு பேசுகிற வசனமானாலும் அது தனக்கு இல்லை என்றாகிறபோது மண்டபத்தில் தானாகவே புலம்புகிற காட்சி மாற்றம் அப்போது சிவாஜி தோன்றி நடந்ததை கூறும் என்று கூறுகையில் அப்படியே ஒரே போடு போட்டு இதுல ஒன்னும் கொறைச்சல் இல்லை என்று சகட்டு மேனிக்கு சிவாஜியை மட்டம் தட்டுகிற காட்சிகளில் மற்றும் அரசவைக்கு சிவாஜி அழைக்க வர மறுத்து பின்னர் சிவாஜி பின்னாலே தாயை கண்ட கன்று குட்டி ஓடுவதை போல ஓடுகிற காட்சிகளில் எல்லாம் நாகேஷ் நமக்கு வெறுமனே ஒரு காமெடியனாய் மட்டும் நமக்கு தெரிய மாட்டார். அதனை கடந்து வேறு ஒன்றாய் தெரிவார்.

ஒரு சில திரைப்படங்களின் கதைகள் நமக்கு மறந்து போய் இருக்க லாம். ஆனால் அந்த படத்து காமெடி நம்மால் மறக்க முடியாமல் இருக்கும். அந்த வகையில் எழுபதுகளில் கொடி கட்டி பறந்த காமெடி நடிகர் சுருளிராஜனை கூறலாம். அவர் நடித்திருந்த

மாந்தோப்பு கிளியே (1979) படத்து கதை. அந்த படத்து நாயகன் நாயகி யார் என்றெல்லாம் நமக்கு நினைவிருக்க வாய்ப்பில்லை. ஆனால் அவரின் கஞ்சத்தன நடிப்பு இன்றுவரை நாம் மறைக்க முடியாத ஒன்று. சோகமே உருவான இறுதி காட்சியில் கண் கலங்க செய்கிற படமான கல்யாண பரிசு (1959) படத்தில் தங்கவேல் காமெடி பாலைவனத்தில் ஒரு சோலை வனம் போல இருக்கும். இறுதி காட்சி கசப்பிற்கு முன்னரே ஒரு ஜாங்கிரி வாயில் போட்டது போன்று இருக்கும் மன்னார் அண்டு கம்பெனி நகைச்சுவை. இங்கே இன்னொன்றையும் கூற வேண்டியுள்ளது. நடிகர் திலகம் ஒரு சில சற்று கடினமான காட்சிகளில் நடிக்கும் முன்பு அந்த காட்சியை தங்கவேலிடம் எடுத்து கூறி அதை நடித்து காண்பிக்க சொல்வாராம். பிறகு அதனையே பின்பற்றி நடிகர் திலகம் கேமரா முன் நடித்ததாக கூறுவார்கள்.

காமெடி கதாபாத்திரம் என்பது லேசான ஒன்றல்ல. நவரச உணர்வும் அவர்களிடம் இருக்க வேண்டும். வடிவேல் நடித்திருந்த 23ம் புலிகேசி திரைப்படத்தில் தான் சந்தித்த அனுபவத்தை பகிர்ந்து கொண்ட வடிவேல் ஒரே படத்தில் இரண்டு வெவ்வேறு தன்மை கொண்ட மேனரிசத்தை கொண்ட கதாபாத்திரத்தை ஏற்று நடித் திருந்தபோது போராளி வடிவேல் கதாபாத்திரம் தமக்கு மிகவும் ஒரு சவாலான கதாபாத்திரமாய் இருந்ததாக கூறினார். ஒரே படத்தில் ஒருவர் காமெடியன், மற்ற ஒருவர் சீரியஸ் கதாபாத்திரம் என்பது சாதாரண விசயமல்ல. வடிவேல் பெயரை சொன்னாலே நமக்கு சிரிப்பு தான் வரும். ஆனால் மாமன்னன் வடிவேல் முற்றிலும் ஒரு மாறுபட்ட ஒரு புது முகம் கொண்ட வடிவேலை அந்த படத்தில் பார்த்தோம். அந்த வகையில் அவர்கள் தம்மை தயார்படுத்தி கொள் கிறார்களா அல்லது இயக்குனர்கள் அவர்களை தயார்படுத்துகிறார் களா என்பதெல்லாம் ஒரு விவாத பொருளாக இருந்தாலும் எல்லா பாறைகளையும் சிற்பமாக்க முடியாது என்பதையும் இங்கே சுட்டிக் காண்பிக்க வேண்டியுள்ளது.

மலையாளத்தில் சூரஜ் வெஞ்சர்மோடு என்கிற நடிகர் ஒரு மிமிக்ரி கலைஞர் பிறகு ஆரம்பத்தில் நம் வடிவேல் போல பாடிலேங்வெஜ் கொண்ட பிரபலமான ஒரு காமெடி நடிகராக தான் பெரும்பாலான

படங்களில் அவர் வலம் வந்தார். அவருக்குள் ஒளிந்திருக்கும் ஒரு நாயகனை கண்டுபிடிக்கிற இயக்குனர் 'பேரறியாதவர்' (2013) என்கிற படத்தில் ஒரு துப்புரவு பணியாளர் வேடத்தில் நடித்து சிறந்த நடிகருக்கான தேசிய விருதும் பெற்றார். இதற்கு முன்பு சிறந்த காமெடியன் விருது மூன்று முறை மாநில அரசிடமிருந்து பெற்றவர் என்பது குறிப்பிடவேண்டிய ஒன்று. அதனை தொடர்ந்து ஆக்சன் ஹீரோ பைஜு (2016) என்கிற படத்தில் ஒரே ஒரு காட்சியில் தோன்றி நம் கண்ணை கலங்க செய்து செல்வார். அவரின் முழு நீள கதாநாயக உணர்ச்சிபூர்வ திரைப்படமாக தொண்டி முத்தாலும் திறக்சாட்சியும் (2017) படத்தை கூறலாம். இந்த படத்தில் இவர் முழுக்க முழுக்க ஒரு வித்தியாசமான முகத்தை நமக்கு காண்பித் திருப்பார். இது ஒரு வகையான புதிய உருமாற்றம் என்று தான் கூற முடியும். இவைகள் எல்லாம் ஒரு காமெடியனால் மட்டுமே முடியும். ஒரு ஹீரோவால் நம்மை அழ வைப்பதை விட ஒரு காமெடியனால் நம்மை அழ வைத்து விட முடியும். நடிகர் கமல் ஒரு முறை இதையே கூறியுள்ளார். ஒரு காமெடியன் ஒரு கேரக்டர் ரோல் செய்தால் நம்மால் அழாமல் இருக்க முடியாது என்று கூறியுள்ளார். நாகேஷ் நடித்திருந்த நீர்க்குமிழி படம் இதற்கு சிறந்த உதாரணம். இறுதி காட்சியில் அவரின் நடிப்பிற்கு அழாதவர்களே இருக்க முடியாது.

ஒரு காமெடியனுக்குள் வெறும் நகைச்சுவை மட்டுமே ஆதிக்கம் கொண்டிருக்காது. சமயம் வாய்க்கும்போது அவர் களுக்குள் ஒளிந்துள்ள குணசித்திர நடிகனும், கதாநாயகனும் வெளித்தோன்றுவான். நாகேஷ் நடித்த சர்வர் சுந்தரம் படத்தை இங்கே குறிப்பிட்டு சொல்ல வேண்டும். ஒரு பகுதி வரை நகைச் சுவை நாயகனாக சர்வர் வேடத்தில் கலக்கியிருக்கும் நாகேஷ் பிற்பகுதியில் சினிமா வாய்ப்பு கிடைத்து கதாநாயகன் அந்தஸ்தை அடைந்ததும் அப்படியே அவரின் மேனரிசம் மற்றும் வசன உச்சரிப்பு மாடுலேஷன் மற்றும் உடல் மொழி எல்லாம் மாறி விடுவதை காணலாம். மேற்கண்ட நடிகர்களை பற்றி கூறும்போது அவர்கள் எல்லோரும் ஆரம்ப கட்டத்தில் ஒரு மென்மையான வளைந்து கொடுக்கின்ற உடல் மொழி கொண்ட நகைச்சுவை

யாளர்களாக தம்மை வெளிப்படுத்தி பிறகு ஒரு சந்தர்ப்பம் வாய்க்கும்போது தம்மை நிரூபித்து வாய்ப்பை சரிவர பயன்படுத்தி கொண்டு கதாநாயக சாகசத்தை வெளிப்படுத்தினர் என்பதை அறிய முடிகிறது. ஒரு கதாநாயகனுக்கு நகைச்சுவை வேசம் வாய்க்கும் போது அவர்கள் தம்மால் ஓரளவு தான் வளைந்து கொடுத்து உடல் மொழியை மாற்றி நடிக்க முடியும். நடிகர் திலகம் மற்றும் கமல் மட்டும் இதற்கு விதிவிலக்கு என்று கூறலாம்.

ஆனால் ஒரு நகைச்சுவை நடிகருக்கு கேரக்டர் ரோல் செய்யும் போதும் கதாநாயக நடிப்பை வெளிபடுத்தும்போதும் அவர்கள் நடிப்பில் மிளிர்வார்கள் என்று துணிந்து கூறலாம். காரணம் ஒரு நகைச்சுவை நடிகர் என்பதே மிகவும் கடினமான ஒன்று. நடிப்பின் ஒரு உச்ச நிலை என்பது மற்றவர்களை சிரிக்க வைப்பது. அது அவ்வளவு எளிதான காரியமல்ல. அதனையே சாதித்து விடுகிற காமெடி நடிகர்களால் கதாநாயக நடிப்பை மிகவும் நேர்த்தியாக வெளிப்படுத்துவார்கள்.

வாலிபர் சங்கத்தில் பார்த்த சிவா வேறு காக்கி சட்டையில் மற்றும் அமரன் படத்தில் நாம் பார்த்த சிவா வேறு. அப்படியே மிகப்பெரும் உருமாற்றத்தை அவர் நடிப்பில் பார்த்திருக்கலாம். அது அவ்வளவு எளிதான காரியமில்லை என்பதையும் இங்கே சுட்டி காண்பிக்க வேண்டியுள்ளது. அந்த அவதாரம் இயக்குனர் மூலம் சாத்திய மானதா அல்லது சிவாவின் தனிப்பட்ட முயற்சியா என்பது பட்டி மன்ற விவாதத்திற்குரியதே. சிவா உட்பட நகைச்சுவை நடிகர் களிடம் ஒருவித வளைந்து கொடுத்தல் தன்மை இருப்பதால்தான் அவர்களால் குழைந்து பேசி உடல்மொழி உதவியுடன் நகைச்சுவை மூலம் நம்மை சிரிக்க வைக்க முடிகிறது. அதே வசன உச்சரிப்பை வேறு விதமாய் பேசியும் உடல் மொழியை வேறு விதமாக வெளிப் படுத்தியும் உடலை இறுக்கிக் கொண்டு வசனங்களை வேறு விதமாய் மாடுலேசனில் பேசி நாயகத்தன்மையை வெளிப்படுத்த முடிகிறது. இது இவரை போன்றவர்களுக்கு அமைந்த ஒரு வரம் என்றே சொல்ல வேண்டும். பிறப்பால் அமைந்தது என்று சொல் வதைவிட இவர்கள் மேற்கொண்ட பிரயத்தனம்தான் இவர்களை வேறு விதமாய் நமக்கு வெளிப்படுத்தியிருக்கிறது என்று கூறினால்

அது மிகையாகாது. இவர்கள் எல்லோரும் தமது கலையுலக பயணத்தில் பெரும் பகுதியை ரசிகர்களை சிரிக்க வைப்பதில் மெனக்கட்டு இருந்து வந்தபோது ஒரு சந்தர்ப்பத்தில் கேமரா முன் நாயக தோற்றத்தில் நடிக்க வரும்போது அவர்களை அறியாமல் பழக்க தோஷத்தில் நகைச்சுவை நடிப்பு பிசிறு தோன்றி விடக் கூடாது என்பதில் மிகவும் கவனமாக இருப்பார்கள். இவர்களை விட இவர்களை ஆட்டுவிக்கும் இயக்குனர் மிகவும் நுணுக்கமாக இவர்களை கவனிக்க வேண்டியதும் முக்கியமான ஒன்றாகும். இவைகளை எல்லாம் கடந்து தான் நாம் ஒரு புது கதாநாயகனை திரையில் காண்கிறோம். இவர்கள் தம்மை நிரூபித்த பிறகு இவர் களுக்கு ஏறுமுகம் தான். அவர்கள் கடந்து வந்த பாதையை திரும்பி பார்க்காமல் வீறு நடைபோட்டு வெள்ளித்திரையில் வலம் வரலாம். அதற்கு சிவா முதற்கொண்டு அவரின் வகையறாக்கள் எல்லோரும் எடுத்த முயற்சிகள் எல்லாம் எழுத்துகளால் எழுத முடியாத ஒன்று. போகிற போக்கில் காற்று வாக்கில் தோற்றுப் போனவர்களின் ஏளன மொழிகள் எல்லாம் எத்தனை எத்தனையோ இருக்கும். அந்த இரணங்கள்தான் இவர்களுக்கு ஊக்க சக்திகள்.

சர்வர் சுந்தரம் படத்தில் சினிமா வாய்ப்பு வாங்கி தருவதாக நண்பன் முத்துராமன் ஒரு சினிமா கம்பெனிக்கு அழைத்து செல்கிற காட்சியில் நாகேஷ் பார்த்து அந்த இயக்குனர் நாகேஷ் முகத்தை பார்த்து விமர்சனம் செய்ய அப்போது கொதித்து போகிற நாகேஷ் தான் பட்ட வேதனையை மறைக்க ஒரு சில மிமிக்ரி தனங்களையும் கோமாளித்தனங்களை செய்து தன்னை ஆசுவாசபடுத்தி கொள்வார். அதன் மூலம் நடிப்பு வாய்ப்பையும் பெறுவார். அதுபோலத்தான் நேற்று வரை ஒரு காமெடியனாக இருந்த ஒருவருக்கு அரிதாரம் பூசி ஒரே இரவில் நாயக அந்தஸ்த்திற்கு உயர்த்தும்போது அந்த முடிவிற்கு வருகிற இயக்குனர் மீது எந்த மாதிரி எல்லாம் விமர்சனங்கள் மற்றும் அறிவுரைகள் வழங்கப்பட்டிருக்கும் என்பதை சம்பந்தப்பட்ட இயக்குனர்கள் அறிவர். காரணம் இவர் இதற்கு ஏற்றவர் என்று முடிவு செய்து அந்த குதிரை மீது பணம் கட்டுபவர் இயக்குனர் தான். அதுபோலவே அந்த எஜமானர்களின் எதிர்பார்ப்பில் இவர்கள் அவநம்பிக்கையை ஏற்படுத்தவில்லை என்பதுவும் அவர்களின்

நடிப்பிற்கு கிடைத்த மற்றும் அவர்களின் படத்திற்கு கிடைத்த வெற்றிகள் மூலம் நிரூபணமாகியுள்ளது. ஒரு விளக்கை கைகள் கொண்டு மறைத்து விடமுடியாது என்பது எப்படி உண்மையோ அதுபோலவே நடிகர் திலகத்துக்கு பராசக்தி திரைப்படம் அமையாது போயிருந்தாலும் அவர் திறமை வேறு ஒரு படம் மூலம் வெளிப் பட்டிருக்கும் என்று பிற்காலத்தில் அவர் தம்மை நிரூபித்தவுடன் விமர்சனம் முன்வைக்கப்பட்டது. இதுபோன்ற வார்த்தைகள் எல்லாமே ஊகத்தின் அடிப்படையில் எழுபவைகளே. தனித் திறமைகள் என்று ஒன்று இருந்தாலும் அவர்களுக்குள் ஒரு தீப்பொறி இருந்தாலும் அதனை தூண்டி விட்டு கொழுந்து விட்டு எரிய செய்ய ஒரு தூண்டுகோல் அவசியமாகும். அந்த தூண்டுகோல் தான் பராசக்தி படத்தில் நடிகர் திலகத்துக்கு வாய்ப்பு கொடுத்தவர் ஏ.வி.எம். படங்களை விநியோகித்து வந்த பி.ஏ.பெருமாள், 'பராசக்தி'யின் உரிமையை வாங்கி நேஷனல் பிக்சர்ஸ் பேனரில் திரைப்படமாக்கினார். முதலில் இந்தப் படத்தை ஏ.எஸ்.ஏ.சாமி இயக்க இருந்தார். பின்னர் கிருஷ்ணன்-பஞ்சு இயக்க ஒப்பந்தம் செய்யப்பட்டனர்.

மு.கருணாநிதி, திரைக்கதை, வசனம் எழுதினார். சிவாஜி நடித்த நாடகங்களைப் பார்த்த பி.ஏ.பெருமாள், அவரை கதாநாயகனாக ஒப்பந்தம் செய்தார். அவர் 'பூங்கோதை' என்ற படத்தில் நாயகனாக ஒப்பந்தம் செய்யப்பட்டிருந்தாலும் இந்தப் படம்தான் அவருக்கு அறிமுகப்படமாக அமைந்தது.

படம் 2000 அடிகள் எடுக்கப்பட்ட பின், படத்தைப் பார்த்த ஏவி மெய்யப்பச் செட்டியாருக்கு சிவாஜி கணேசனின் நடிப்பு திருப்தி யளிக்கவில்லை. கே.ஆர்.ராமசாமி அல்லது டி.ஆர்.ராமச்சந்திரனை நாயகனாக்கி படத்தை எடுக்கச் சொன்னார். ஆனால், தயாரிப்பாளர் மறுத்து விட்டார். 'அவர் ஒல்லியாக இருப்பதால் அப்படிச் சொல்கிறீர்கள். அவர் உடலை தேற்றினால் சிறப்பாக இருப்பார்' என்று கூறி, அதற்காகவே ஒருவரை நியமித்தார். அவர் உடல் நன்றாகத் தேறிய பின் படப்பிடிப்புத் தொடங்கியது. அப்போது சிவாஜியின் நடிப்பைப் பார்த்துவிட்டு ஏவிஎம் செட்டியார் பாராட்டியிருக்கிறார்.

சாதாரண கதையைக் கொண்ட படம்தான். ஆனால், தனது திரைக்கதை, வசனத்தால் பரபரப்பாக்கி இருந்தார் மு.கருணாநிதி. அதுவரை பாடல்களில் மயங்கிக் கிடந்த ரசிகர்கள், வசனங்களுக்கு மயங்கத் தொடங்கியது இந்தப் படத்தில் இருந்துதான். சாதி, மதம், சமூக சமத்துவமின்மையை கேள்வி கேட்ட இந்தப் படத்தின் வசனங்கள் கூர்மையாக இருந்தன.

இதில் இடம் பெறும் நீதிமன்ற காட்சிக்கும் கோயிலுக்குள் சிவாஜி பேசும் வசனத்துக்கும் பலத்த வரவேற்புக் கிடைத்தது. இதில் இடம் பெற்ற நாத்திக கருத்துகளுக்கு எதிர்ப்பும் கிளம்பியது. படத்தைத் தடை செய்ய வேண்டும் என்ற கோரிக்கைகளும் முன்வைக்கப் பட்டன. அது, படத்துக்கு விளம்பரமாக மாறி, மெகா வெற்றி பெற்றது.

இந்தப் படத்துக்காக, நடிகர் சிவாஜிக்கு கொடுக்கப்பட்ட சம்பளம் ரூ.250. 'சம்பளமே இல்லை என்றாலும் இந்தப் படத்தில் நடித்திருப் பேன்' என்று கூறியிருந்தார் சிவாஜி. அதே நேரம், 'ஏவிஎம் ஸ்டூடியோவில் வளர்ந்த மரங்கள் தண்ணீரால் வளரவில்லை. என் கண்ணீரால் வளர்ந்தன' என்றும் கூறியிருக்கிறார் சிவாஜி. இந்தப் படத்தின் அறிமுக காட்சியில் சிவாஜி கணேசன் பேசும் வசனம், 'சக்சஸ்... சக்சஸ்...' ஏவிஎம் ஸ்டூடியோவில் அந்த வசனம் பேசப் பட்ட இடத்தில் நினைவு சின்னம் ஒன்றை வைத்திருக்கிறது ஏவிஎம் நிறுவனம்.

சிவகார்த்திகேயன் நடிப்பில் வெளியான முதல் திரைப்படம் மெரினா பாண்டிராஜ் இயக்கியிருந்தார். எந்த ஒரு எதிர்பார்ப்பும் இல்லாமல் வெளியான இப்படம் ஓரளவிற்கு ரசிகர்களிடம் வரவேற்பை பெற்றது. அதன் பிறகு சிவகார்த்திகேயனுக்கும் பாண்டிராஜுக்கும் இடையே ஒரு நல்ல நட்புறவு ஏற்பட்டது. அதனை சரியாக பயன்படுத்திக் கொண்ட சிவகார்த்திகேயன் கேடி பில்லா கில்லாடி ரங்கா மற்றும் நம்ம வீட்டு பிள்ளை ஆகிய படங் களில் மீண்டும் கைகோர்த்து தங்களது நட்பை மேலும் வலுப்படுத்திக் கொண்டனர். மெரினா திரைப்படம் சிவகார்த்திகேயனுக்கு பெரிய அளவில் வரவேற்பு கொடுக்காவிட்டாலும், அதன் மூலம்தான்

நடிகராக சினிமாவில் அறிமுகமானார். ஆனால் மெரினா முதலில் நடிப்பதற்கு தேர்வானவர் நடிகர் ராமகிருஷ்ணன். ஆனால் அப்போது வேறொரு படத்தில் நடித்துக் கொண்டிருந்ததால் இப்படத்தில் நடிக்க முடியவில்லை எனவும், இந்த படத்தை நான் நடித்திருந்தால் எனது திரை வாழ்க்கையில் ஒரு முக்கிய படமாக இருந்திருக்கும் எனவும் கூறியுள்ளார். மேலும் அதன் பிறகு பாண்டிராஜ் படத்தில் நடிப்பதற்கான வாய்ப்பே கிடைக்கவில்லை என கூறியுள்ளார். மேலும் சினிமாவை பொறுத்தவரை வெற்றி என்பது ஒருவருக்கு மட்டுமே சார்ந்தது அல்ல, அது எப்ப வேண்டு மானாலும், எப்படி வேண்டுமானாலும் மாறலாம். அதனால் பொறுமை அவசியம் கண்டிப்பாக தனக்கு கிடைக்கும் வாய்ப்பை பயன்படுத்தி மீண்டும் சினிமாவில் பெரிய இடத்திற்கு வருவேன் என்பதில் எனக்கு நம்பிக்கை இருக்கிறது என கூறியுள்ளார்.

இப்படி தான் சினிமா வாய்ப்புகள் அமைவதும் அது கை நழுவி போவதும் ஒரு நடிகரின் தலை எழுத்தையே மாற்றி விடுகிறது என்று கூறலாம். சந்தர்ப்பங்கள் அமைவது என்பது மிகவும் முக்கியமான ஒன்றாகும். இந்த சந்தர்ப்பங்கள் அமைய ஒரு கொடுப்பினை இருக்க வேண்டும் என்பதும் இதன் மூலம் தெரிய வருகிறது. பராசக்தி காலத்திலேயே சிவாஜிக்கு வாய்த்த வாய்ப்பு கை நழுவி போக இருந்ததை ஒரு நிறுவனம் கைத்தாங்கியதை நடிகர் திலகம் நன்றி யுடன் நினைவு கூறுகிறார். அதைப்போலவே மெரினா வாய்ப்பு இன்னொருவருக்கு சென்றிருக்க வேண்டியது சிவாவுக்கு வாய்த்த தையும் அதிர்ஷ்டம் என்று சொல்வதா வாங்கி வந்த வரம் என்பதா அல்லது இயக்குனரின் பெருந்தன்மை மற்றும் நம்பிக்கை என்பதா என்பது வாசகர்களின் முடிவிற்கே விட்டு விடலாம். இருந்தும் ஒரு நாயகனுக்குள் ஒளிந்திருந்த சிறு தீப்பொறியை கனன்று எறியும் தீப்பிழம்பாய் உருமாற்றம் செய்ததில் முதல் இயக்குனர்களுக்கு முக்கிய பங்கு உண்டு என்பது நிதர்சனமான உண்மை.

●

## 15. சிவகார்த்திகேயன் முழுமையான கதாநாயகனாதல்

ஆரம்பம் முதல் சிவா நடித்து வரும் படங்களை உற்று நோக்கும்போது அவருடைய மூச்சுக்காற்றில் கலந்திருக்கும் காமெடியே அவரை அறியாமல் ஆதிக்கம் செலுத்தி வந்திருப்பதை காணலாம். மேலும் அவர் நடித்திருந்த அவரின் படங்களில் எல்லாம் அவரின் காமெடியே அவரை நமக்கு அடையாளப் படுத்தியது; அவரை ரசிக்கவும் வைத்தது. அது அவர் பலமா அல்லது பலகீனமா என்பது ஆராய்ச்சிக்கு உட்படுத்த வேண்டிய விசயமே. அவர் கதாநாயக வேடமேற்று நடித்து வந்திருக்கும் மெரினா, வாலிபர் சங்கம் முதற்கொண்டு நம்ம வீட்டு பிள்ளை(2019) வரை அவர் படங்களை உற்றுநோக்கும் போது காமெடி என்கிற அடையாளம்தான் எங்கோ தொக்கிக் கொண்டு இருக்கும்.

அவரை ஒரு மிடுக்கான தோற்றத்தில் காண்பித்த காக்கி சட்டை (2015) படத்தில்கூட ஆரம்ப காட்சியில் காமெடி டிராக் அவரை தத்து எடுத்து அவரை பின்தொடர்ந்து கொண்டே வரும். அவரின் உயரதிகாரி. பிரபு குண்டுவெடிப்பில் கொல்லப்படும்போதுதான் சிவா சீரியஸாகிறார். ஒரு மிடுக்கான போலீஸ் அதிகாரியாய்

களத்தில் இறங்குகிறார்' புலனாய்வு செய்கிறார்; குற்றவாளியை கண்டுபிடிக்கிறார்.

எந்த ஒரு திரைப்படத்திலும் நாயகன்-நாயகி காதலர்களாய் ஒன்றிணைவதற்கு உருவாக்கப்படுகிற சீன் மிகவும் முக்கியம் வாய்ந்தது. மற்றும் ரசிக்க வைக்க கூடியதும்கூட. இதற்கு இன்னொரு பின்புலமும் இருக்கிறது. கதையில் பிற்பகுதியில் அரங்கேறப் போகிற சோக கசப்பு மருந்திற்கு முன் கூட்டியே கொடுத்து விடுகிற இனிப்பு போன்றதுதான் இந்த லவ் டிராக். இவரின் மெரினா முதற்கொண்டு நம்ம வீட்டுபிள்ளை (2019) வரை நாயகன்-நாயகி, காதல் கைக்கூடும் ஆரம்ப காட்சியில் சிவா அசத்தி இருப்பார். அவரின் உடன் பிறந்த காமெடி சென்ஸ் அவருக்கு பெரிய அளவில் கைக்கொடுத்திருக்கும். இது அவருக்கு ஒரு வரப்பிரசாதம் என்றும் கூறலாம். சினிமாக்களில் நாயகியை காதல் வலையில் சிக்க வைக்க அந்த காலத்தில் எல்லாம் வீரம் தேவைப் பட்டது. அந்த டிரண்ட் மாறிப்போய் சமீபத்து டிரண்ட் காமெடி வலை என்றாகி போனது.

தன்னுடைய மிடுக்குத்தன மேனரிசத்தை சிறிது நேரம் மூட்டைக் கட்டி வைத்து விட்டு சற்று கீழே இறங்கி வந்து நகைச்சுவை விளையாட்டை விளையாடியதன் மூலமே நாயகன் நாயகியின் மனதில் இடம்பிடிக்க முடியும் இதுதான் இன்றைய லேட்டஸ்ட் டிரண்ட். கொஞ்சம் வழிய வேண்டும் கொஞ்சம் பின்னாடியே சுத்த வேண்டும் இது போன்ற கிரவுண்ட் ஓர்க் நன்கு கைக்கூடும். இதை சிவாவின் படங்களில் காண முடிந்தது. புரட்சி தலைவர் எம்.ஜி.ஆர் நடித்திருந்த அன்பே வா (1966) திரைப்படத்தில் நாயகன் மிகப் பெரும் செல்வந்தராய் இருப்பார். ஒரு விடுமுறையில் ஓய்வெடுக்க தனது சிம்லா பங்களாவுக்கு செல்வார். ஆனால் அந்த பங்களா அவருக்கு தெரியாமல் கதையின் நாயகிக்கு வாடகைக்கு விடப் பட்டிருக்கும். நாயகி சரோஜா தேவி அழகில் மயங்கி காதல் வயப்படுவார் நாயகன். அவர்கள் இருவருக்குமிடையே அரங் கேறும் காதல் அடித்தளத்திற்கான காட்சி அமைப்புகள் மிகவும் ரம்மியமாக இருக்கும். அவ்வளவு பெரிய ஆளுமை எம்.ஜி.ஆர் அவரே காதலுக்காக தனது ஸ்டேட்டஸை விட்டு இறங்கி வருவார்.

ஒரு படத்தில் சிவாவால் நம்மை சிரிக்க வைக்க முடியவில்லை, நாயகி பின்னால் சுற்றுகிற வேலையில்லை, நாயகி தன்னை காதலிக்க வேண்டி மெனக்கெட வேண்டிய அவர் முன்வழிகிற வேலையில்லை. படம் முழுக்க சீரியஸ் முகம் அளவெடுத்து பேசுகிற வார்த்தை. பட ஆரம்பத்தில் தனது ராணுவ உயர் அதிகாரியிடம் எந்த பிட்ச்சில் பேசினாரோ அதே அலைவரிசையில் கதை முடிந்து வில்லனிடமிருந்து தன்னை காப்பாற்ற வந்த ராணுவ கர்னல் அதிகாரியிடமும் பேசுவது என்பது இதுவரையில் நாம் சிவாவிடம் கண்டிராத ஒன்று. அத்தகைய பெருமைக்கு உரிய படம் டாக்டர் (2021). ஒரு ராணுவ அதிகாரிக்கு ஒருவித மிடுக்குத்தனம் இருக்கும். அதே போல ஒரு டாக்டரிடமும் ஒருவித மிடுக்குத்தனம் இருக்கும். இந்த இரண்டு தகுதியுமே ஒருவரிடம் சேர்ந்து இருந்தால் அவர் எந்தவித மானரிசத்தை வெளிப்படுத்துவார் என்பதை இந்த படத்தில் காணலாம். ஒரு புதிய சிவாவை இந்த படத்தில் காண முடிகிறது.

கோலமாவு கோகிலா படத்திற்குப் பிறகு நெல்சன் இயக்கியிருக்கும் படம் இது. கோலமாவு கோகிலா வித்தியாசமான கதையுடன் இருந்ததைப்போல் இந்த டாக்டர் திரைப்படமும் சற்று வித்தியாசமான ஒன்றுதான்.

டாக்டர் வருண் ராணுவத்தில் பணியாற்றும் ஒரு மருத்துவர். எல்லா ஒழுங்குகளையும் கடைப்பிடிப்பவர். இதன் காரணமாகவே அவருக்கு நிச்சயிக்கப்பட்டிருந்த பத்மினி, வருணை திருமணம் செய்ய மறுத்து விடுகிறாள். இந்த நேரத்தில் பத்மினியின் அண்ணன் மகள் காணாமல் போய் விடுகிறாள். அந்தக் குழந்தையைத் தேடுவதில் உதவ இறங்குகிறார் டாக்டர் வருண். குழந்தையை, எதற்காக கடத்தினார்கள், எப்படி மீட்கிறார்கள் என்பது கதை. ஒரு சீரியசான திரில்லர் படத்தைப் போலத் துவங்கினாலும், விரைவிலேயே இது ஒரு பிளாக் காமெடி திரைப்பட ரூட்டில் பயணிக்கிறது.

டாக்டர் வருணாக நடித்திருக்கும் சிவகார்த்திகேயனின் பாத்திரம் போன்ற ஆள்கடத்தல் கதையை நாம் காக்கிசட்டையில் பார்த்திருப்போம். அது உடலுறுப்பு திருட்டிற்காக ஆள்கடத்தல் நடைபெற்றது. ஆனால் இந்த கதையில் பதினோரு பன்னிரெண்டு வயது சிறுமிகள்

சமூக விரோதிகளால் கடத்தப்படுகிறார்கள். பூப்பெய்தும் வரை ஒரு அறையில் அடிமைபோல வைத்துவிட்டு பிறகு அவர்களை வெளி நாட்டுக்கு ஏற்றுமதி செய்கிற இழிச்செயலை நாயகன் பல இடையூறுகளை தாண்டி கண்டுபிடிப்பதாக கதை கூறுகிறது.

படம் சூடுபிடித்து டாப்கியரில் செல்ல செல்ல யோகிபாபு, கின்ஸ்லி கூட்டணி சிவா நமக்கு அளிக்க மறந்த நகைச்சுவை விருந்தை அவர்கள் அளிக்கிறார்கள். நான் சீரியசாகி விட்டேன் என் வேலையை நீங்கள் பார்த்துக் கொள்ளுங்கள் என்று சிவா கூறி யிருப்பார் போன்று தெரிகிறது. எது எப்படி இருந்தாலும் ஒரு சீரியசான கதை என்று வரும் போது யாராவது ஒருவர் நகைச்சுவை சுமையை தனது முதுகில் சுமந்து கொண்டு திரைக்கதை நெடுக பயணம் செய்தாக வேண்டும் என்பது திரைக்கதையில் இது எழுதாத விதி.

'தான் ஒரு ஒழுக்க சீலர்' என்பதாலேயே என்னவோ படம் நெடுக சிவா மருந்திற்குகூட சிரிக்க மாட்டேன் என்று கிரிம்மாக இருக்கிறார். இதற்கு முந்தைய படங்களில் எல்லாம் நம்மை சிரிக்க வைத்து அழகு பார்த்தவர் இந்த படத்தில் இவ்வளவு சீரியஸ் முகத்தோடு இருப்பதை பார்ப்பது சற்று வித்தியாசமாக இருக்கிறது. ஏதோ டூயட் பாடும் போதாவது சிரிக்கிறாரே என்று நாம் சமாதானம் கொள்ள வேண்டியதுதான்.

கதை ஒரு சீரியசான ஒன்று என்று தான் கூற வேண்டும். குழந்தை காணவில்லை போலிசில் புகார் கொடுத்தால் பலனில்லை என்று வரும்போது சிவாவின் திட்டப்படி அவர்களே களத்தில் இறங்கு கிறார்கள். ஒவ்வொரு முடிச்சாக அவிழ்த்துக் கொண்டே வருகிறார்கள். அந்த நெட்வொர்க் எவ்வளவு பெரியது என்பது நமக்கு போகப்போக தெரிகிறது.

காணாமல் போன குழந்தையின் குடும்பத்தினர் எல்லோரும் சிவாவின் அணியில் சேர்ந்து தேடவும் செய்கின்றனர் அப்போதைக்கப்போது காமெடியும் செய்கிறார்கள். குழந்தையை தவற விட்டுவிட்டு இவர்கள் எப்படி இப்படி காமெடி பண்ண முடிகிறது என்று நமக்குள் கேள்விகள் எழுகிறது. இருந்தாலும் இவர்கள் மெயின் வில்லனை நோக்கி நகர்வதற்கு இதெல்லாம் தவிர்க்க முடியாத ஒன்று என்று நம்மை நாமே ஆறுதல்படுத்தி கொள்ள வேண்டியதுதான்.

இதனை எல்லாம் கடந்து இறுதியில் இந்த கூட்டணி வெற்றியை சுவைக்கையில் இவர்களின் இந்த நீண்ட காமெடிதான் பயணத் திற்கு அர்த்தம் இருப்பதை அறிய முடிகிறது.

பொதுவாகவே பஞ்ச் டயலாக் என்பது படத்து ஹீரோ தான் பேசுவார். ஆனால் இந்த படத்தில் ஒரு துணை கதாபாத்திரதத்திற்கு இந்த பொறுப்பு கொடுக்கப்பட்டுள்ளது.

இந்த படத்தின் இறுதி காட்சியில் தன்னை காப்பாற்றிய ராணுவ அதிகாரிக்கு சிவா நன்றி சொல்லும்போது அதற்கு அந்த அதிகாரி - டாக்டர் மட்டும்தான் காப்பாத்தணுமா, டாக்டரையும்

காப்பாத்தணும் என்கிற வசனம் படம் முடிந்து தியேட்டரை விட்டு வெளியே வந்த பிறகும் காதில் ஒலித்து கொண்டே இருக்கிறது.

தமது படங்கள் மூலம் சிவா தம்மை ஒவ்வொரு விதமாய் வெளிப்படுத்தி வந்திருக்கிறார் . இந்த படத்தில் அவர் ஒரே விதமான மூடை மெயின்டய்ன் பண்ணி இருப்பது இந்த படத்தின் சிறப்பு நாயகன் சிவாவின் சிறப்பு.

இந்த படம் மூலம் அவர் தம்மை ஒரு புதுவிதமாய் வெளிப் படுத்தி இருக்கிறார். இந்த படம் சிவாவின் கதாநாயக உச்சத்தை அடைய ஒரு முக்கியமான படிக்கட்டாய் அமையும் என்பதில் சந்தேகம் ஏதுமில்லை.

●

## 16. பெற்றோர்களை கொண்டாடுங்கள் அவர்கள் இருக்கும்போதே

**மா**தாவும் பிதாவும் குருவும் நமக்கு தெய்வம் போன்றவர்கள் என்று கூறும்போது மாதா என்கிற தாய் பெரும்பாலும் விமர்சனத் திற்குள்ளாவதில்லை. ஆனால் பிதாவாகிய தந்தையும் குருவாகிய நமது ஆசிரியர்களும்தான் இன்றைய இளைஞர்களால் பெரிய அளவில் விமர்சிக்கப்படுகிறார்கள். மிகவும் கண்டிப்பு என்கிற அளவு கோல் இவர்கள் மீது பிரயோகபடுத்தப்பட்டு வருவதை நாம் பார்த்து வருகிறோம். இந்த தந்தையும் ஆசானும் வாலிப வயதை கடந்து தான் வந்திருப்பார்கள். அதற்கும் ஒரு படி மேலே போய் அவர் களால் எட்ட முடியாது போன எல்லைகளை தனது மகன் மற்றும் மாணவன் எட்ட வேண்டும் என்கிற நப்பாசை அவர்களுக்கு இருக்கும். அதன் வெளிப்பாடு தான் ஒழுக்கம், கண்டிப்பு என்கிற பிரம்பை இவர்கள் உபயோகிக்கிறார்கள். இதை அறியாத இன்றைய இளம் ரத்தம் கொதித்து எழுகிறது; முரண்டு பிடிக்கிறது. கண்டிப்பு என்றாலே முகம் சுளிக்கிறது. எதிர் குரல் கொடுக்கிறது.

இன்றைய இளைஞர்கள் அந்த காலத்தவர்களை போல அல்ல அவர்கள் மிகவும் தெளிவாக எல்லாவற்றிலும் அட்வான்ஸ்ஸாக

இருக்கிறார்கள் என்கிற மைண்ட் வாய்ஸ்ஸூம் எனக்கு கேட் காமல் இல்லை. இருந்தாலும் இந்த இளைய சமூகத்தினர் மீது அந்த இருவரும் கொண்டிருக்கும் தன்னலமற்ற அக்கறைதான் அவர்களை நல்வழிபடுத்த வேண்டும் என்கிற நல்லெண்ணம்தான் பிதாவையும், குருவையும் அப்படி செயல்பட செய்கிறது என்கிற உண்மை பிற்காலத்தில் இளைய சமூகத்திற்கு தெரிய வரும்போது காலம் கடந்து போயிருக்கும்.

அவர்களின் பேச்சை கேட்டு நல்வழியில் நடந்து உயர்ந்தவர்கள் பிற்காலத்தில் அவர்களுக்கு நன்றி கூறி தெய்வமாக வணங்கு வார்கள். அந்த இருவரும் என்னை கண்டிக்காது போய் இருந்தால் என் வாழ்க்கையே நாசமாக போய் இருக்கும் என்று வாழ்க்கையில் சாதித்த ஒரு சாரார் உணர்வார்கள். இந்த இருவர்களின் பேச்சை கேட்காது தறிகெட்டு திரிந்து பாதை தவறி சென்று தமது எதிர் காலத்தை தொலைத்தவர்கள் இப்போதும் தன் தவறை உணராது அப்போதே என் தந்தை கண்டிப்பாக வளர்த்திருந்தால் நான் இந்த நிலைக்கு ஆளாகி இருந்திருக்க மாட்டேன் என்று இறுதி வரை தமது தவறை உணராது பழியை பெற்றோர் மீதும், ஆசிரியர் மீதும் சுமத்தி தாம் தப்பித்து கொள்வர். இந்த ரகத்தில் வெகு சிலரே அப்போதே என் தந்தையும், என் வாத்தியாரும் கூறினார்கள், ஆனால் நான் கேட்கவில்லை. இப்போது அனுபவிக்கிறேன் என்று உணர்ந்து தமது மகனின் மீது அதீத அக்கறை கொண்டு சொல்லி சொல்லி கண்டிப்பாக வளர்ப்பார்கள். இதில் நாம் கண்டிப்பு என்று கூற வருவது பிரம்பை கொண்டு கண்டிப்பது அல்ல. சற்று அளவுகடந்த அக்கறை கொண்டு மகனுக்கும், மாணவனுக்கும் உற்ற துணையாய் இருந்து வழி நடத்துவது. அன்றாட நடவடிக்கையை கவனமாய் கண்காணிப்பது போன்றவைகளே ஆகும். அவர்களை சுதந்திரமாய் விடுங்கள். அவர்கள் பார்த்து கொள்வார்கள் என்பதற்கும் கண் காணிப்பு அவசியம் என்பதற்கும் ஒரு நூலிழை வித்தியாசம் இருக்கிறது.

மேலும் இந்த விவகாரத்தில் சினிமா என்கிற சாதனம் மிகப்பெரிய பங்கு வகிப்பதையும் இங்கே சுட்டி காண்பிக்க வேண்டியுள்ளது.

பெற்றோர்கள் இன்றைய இளைஞர்களை புரிந்து கொள்வதில்லை என்றும், ஆசிரியர்களை கோமாளிகளாக சித்தரிக்கின்ற சித்து வேலைகளும் திரையில் அரங்கேறி வருவதை காணலாம். இது போன்ற விஷயங்களும் இளைய சமூகத்தினர் மத்தியில் எதிர்மறை எண்ணங்களை விதைக்கும். இதனை கடந்து ஒரு சில படங்கள் ஒரு வித நடுநிலையோடு இந்த விவகாரத்தை அணுகி வருவதையும் இங்கே குறிப்பிட்டு சொல்லியாக வேண்டும். அதில் ஒரு படம் சிவகார்த்திக்கேயன் நடித்த 'டான்' (2022).

டான் என்கிற பெயரை கேட்டாலே ஏதோ கள்ளக்கடத்தல் கதையோ என்று நமக்குள் தோன்றுவது இயல்புதான். ஆனால் இந்த படத்து கதை கல்லூரியில் படிக்கும் கடைசி பெஞ்ச் நாயகனுக்கு சகமாணவர்கள் சூட்டிய பெயர்தான் டான்.

இந்த படத்து கதை ஒரு Non-linear narration பாணியான ப்ளாஷ் பேக் உத்தியை கொண்டது. கதாநாயகன் ஒரு பிரபல திரைப்பட இயக்குனரான சக்கரவர்த்தி (சிவகார்த்திக்கேயன்) தமது காரில் ஒரு இரவு பயணம் மேற்கொள்கிறார். அவர் காரை ஓட்டிச் செல்லும் போது, தனது கல்லூரி நாட்களில் நடந்ததை நினைவு கூறும் விதத்தில் நமக்கு கதை கூறிக்கொண்டே வருகிறார்.

மிதிவண்டியில் அலைந்து திரிந்து பிளாஸ்டிக் பொருட்களை விற்கும் ஓர் எளிய குடும்பத்தின் அப்பா (சமுத்திரக்கனி), தனது ஒரே மகனை (சிவகார்த்திகேயன்) இன்ஜினீயராக்கி பார்க்க ஆசைப்படுகிறார். அதற்காக, சிறுவயது முதலே அவனை கண்டிப்புடன் வளர்க்கிறார். மகனோ தனக்கு பிடித்ததை செய்ய நினைக்கிறான். பள்ளியில் காதல், கல்லூரியில் சேட்டைகள் என்று மாமூல் ரக தமிழ் சினிமா நாயகன் போல வலம் வருகிறார். அவரின் கல்லூரி லீலைகளை முன்வைத்து சக மாணவர்களால் அவருக்கு டான் பட்டம் கொடுக்கப்படுகிறது. ஒரு கட்டத்தில் அவரை சினிமா மோகம் கவ்வி கொள்கிறது. போட்டிக்காக வேண்டி குறும்படம் தயாரித்து லேப்டாப்பில் வைத்திருக்க அதனை காண்கிற அவரின் தந்தை அதனை தீயிட்டு கொளுத்தி விடுகிறார். தந்தை - மகன் சண்டை முற்றி அவர்களுக்குள் விரிசல் ஏற்படுகிறது. நாயகன் தனது முடிவில்

தீர்க்கமாய் இருந்து ஒரு புதிய குறும்படம் எடுத்து வெற்றி பெற்று மிகப்பெரிய இயக்குனர் ஆகிறார். ஆனால் எதனை நாயகனின் தந்தை வெறுத்தாரோ அந்த துறையில் மகன் சாதித்தை காண அவரின் தந்தை இல்லை. நாயகன் இதோடு நிறுத்தி விடவில்லை. இதனை தாண்டி எதற்காக தன்னுடைய தந்தை ஓடாய் தேய்ந்து உருக்குலைந்து போனாரோ அந்த அவரின் லட்சியத்தையும் மகன் நிறைவேற்றும் விதமாய் படித்து பட்டம் பெற்று ஒரு என்ஜீனியர் ஆகிறார்.

நாயகன் தனது தந்தையின் கனவையும் நிறைவேற்றினார். அதே சமயம் தனது லட்சியத்தையும அடைகிறார் என்கிறது இந்த படம். ஒரு நடுநிலையான பார்வையில் இயக்குனர் இந்த கதையை அணுகி யிருக்கிறார்

தந்தை தனது மகன் கல்வியால் ஒரு உயர்ந்த இடத்தை அடைய வேண்டும் என்று எதிர்பார்ப்பது தவறே இல்லை. இந்த எதிர் பார்ப்பில் தந்தையின் சுயநலனும் இருக்கிறது. மகன் குறித்த அக்கறையும் இருக்கிறது என்று தான் சொல்ல வேண்டும். ஒரு அடித்தள மற்றும் நடுத்தர குடும்பத்து தகப்பனின் நியாயமான ஆசை மகனுக்கு ஒரு கௌரவமான கல்வியை அளிக்க வேண்டும். எப்படி யாவது கடன் பெற்றாவது மகனை ஒரு என்ஜீனியர் ஆக்க வேண்டும் என்று நாயகன் தந்தை ஆசைப்படுகிறார்.

இந்த படத்து நாயகனின் தந்தைக்கு மட்டுமல்ல அந்த ஆசை. இந்த படத்தில் நாயகனாக நடித்திருக்கும் சிவகார்த்திகேயன் தந்தை ஒரு போலீஸ் அதிகாரி அவருக்கும் ஒரு ஆசை இருந்தது. தனது மகன் ஒரு போலீஸ் அதிகாரியாக வேண்டும் என்றும் தனது மகள் ஒரு டாக்டராக வேண்டும் என்பதே அந்த தந்தையின் எதிர்பார்ப்பு. எதிர்பாராதவிதமாக இறந்து போன அந்த தந்தையின் கனவை அவரின் மகள் மட்டுமே நிறைவேற்றியுள்ளார். ஒரு அரசு டாக்டராக தற்போது பணியில் இருக்கிறார். சிவகார்த்திக்கேயனும் ஒரு வகையில் தந்தையின் ஆசையை நிறைவேற்றினார் அவரின் காக்கிசட்டை படத்தின் மூலமாக. சிவகார்த்திக்கேயன் தந்தை இருந்திருந்தால் கண்டிப்பாக சிவகார்த்திக்கேயன் விஜய் டிவியில்

சேர அனுமதித்திருந்திருக்க மாட்டார். தமிழ்நாட்டின் எங்கோ ஒரு மூலையில் சிவா மிடுக்கான காக்கி யூனிஃபார்மில் ஒரு டி.எஸ்.பி.யாக வேலை பார்த்து கொண்டு போலீஸ் ஜீப்பில் வலம் வந்து கொண்டிருப்பார்.

டான் படத்து நாயகன் சக்ரவர்த்தியும் சிவகார்த்திக்கேயனும், சமுத்திர கனியும் ஒரே நேர்கோட்டில் நிற்கிறார்கள். சக்ரவர்த்திக்கு இருந்த அதே போராட்ட குணம் தான் நிஜத்தில் சிவாவுக்கும் சமுத்திரகனிக்கும் இருந்தது. இந்த இருவரும் ஏதோ ஒரு வகையில் இந்த படத்தோடு சம்பந்தப்பட்டுள்ளனர் என்று தான் கூற வேண்டும். கல்லூரி படிப்பின்போது தன் வசமிருந்த மிமிக்கிரி கலையை கொண்டு தனியார் தொலைக்காட்சியில் நுழைந்து சிறிது சிறிதாக தன்னை நிரூபித்து இன்று ஒரு உச்சத்தை அடைந்துள்ளார். இவரின் சாதனையை கண்டு மெய்சிலிர்த்து கொள்ள இவரின் தந்தை இல்லை. பெரும்பாலான குடும்ப தோட்டத்தில் விதை விதைத்து நீரூற்றி வேலி போட்டு பாதுகாத்து மரம் வளர்க்கிற தோட்டக்கார தந்தைகள் தான் வளர்த்த மரங்கள் கனி கொடுக்கிறதை சுவைக்காமலேயே மறைந்து விடுகின்றனர்.

நாயகனின் தந்தை தமது மகனை அவர் வழிக்கு சுதந்திரமாய் விட மறுத்ததுதான் கதையே. நாயகன் தான் யார் தன்னுடைய பாதை எது என்று தனது தந்தைக்கு நிரூபிக்க எடுத்து கொண்ட கால இடைவெளியில் எல்லாமே நடந்து முடிந்து விடுகிறது. ஒரு அடையாளம் தெரியாத ஊருக்கு தனது மகன் பயணம் செய்ய விரும்புகிறானே என்கிற ஆதங்கம் தந்தை சமூத்திரகனிக்கு இருந்ததை போல எல்லா தகப்பனுக்கும் இருக்கும். அது ஒரு மாய உலகம் அதில் பத்தாயிரத்தில் ஒருவர் தான் வெற்றி பெறுவார்கள் என்று சமுத்திர கனி கூறியதில் உண்மை இருக்கிறது. கால் நூற்றாண்டுக்கு முன்பு வக்கீல் படிப்பு படிக்க சென்னை வந்திருந்து தொலைக்காட்சி தொடரில் துணை இயக்குனர், பிறகு இயக்குனர் கே.பாலச்சந்தர் குழுவில் இணைவது சிறிது சிறிதாக திரைத் துறைக்குள் நுழைவது என்று சமுத்திரகனியின் சோர்ந்து போகாத முயற்சி அவரை இன்று அந்த ஒரு உன்னதமான இடத்தில் கொண்டு

வந்து நிறுத்தி இருக்கிறது. ராஜபாளையத்திலிருந்து அவரோடு வந்தவர் எவரும் இன்று இந்த துறையில் இல்லை. அவர் மட்டுமே சுயம்பாய் இந்த துறையில் காலூன்றி நிற்கிறார் என்பது பெருமைக் குரிய விஷயமே. இயக்குனர் சக்ரவர்த்தியும், சிவகார்த்திக்கேயனும், சமுத்திரகனியும் பத்தாயிரத்தில் ஒருவராகினர். தீர்க்கமான முடிவு மற்றும் கடின உழைப்பு தான் அவர்களை சாதனையாளர் வரிசையில் நிறுத்தி இருக்கிறது.

இந்த படத்தில் சமுத்திரகனி தனது மகனுக்கு புத்திமதி கூறும் விதமாய் ஒரு மனநலம் பாதிக்கப்பட்ட நபரை வீட்டுக்கு அழைத்து வந்து சோறு போடுவார். சினிமா இயக்குநர் ஆக முடியாமல் பித்து பிடித்தவர் கதாபாத்திரம் ஒரு நிஜ கதாபாத்திரத்தின் பாதிப்பில் உருவான ஒன்று. இந்த நிலைக்கு ஆளானவர் அவரின் நண்பர் என்று ஒரு வார பத்திரிக்கையில் எழுதி இருந்தார். மற்றும் அந்த மகனை இழந்த குடும்பத்திற்கு தாம் உதவிய விஷயத்தையும் அவர் பதிவு செய்திருந்தார்.

கோபத்தில் சிவாவின் படைப்புகளை எரித்ததில் இருந்த அதே ஈடுபாடு மகனின் மீதுள்ள அக்கறையில் படப்பிடிப்பிற்கு பணம் கொடுத்து உதவுவதிலும் இருந்ததை காண முடிகிறது. எவன் ஒருவன் தன் ஆசைக்காக கஷ்டப்பட தயாராயிட்டானோ அவன் கண்டிப்பா ஜெயிச்சுடுவான் என்கிற மகன் மீதுள்ள நம்பிக்கை காலம் தாழ்ந்து தான் வருகிறது தந்தைக்கு.

டான் படத்து கதாநாயகியின் தோழி ஒரு சேச்சி அதாவது கேரள மாநிலத்து பைங்கிளி. அவருக்கு நாயகன் மீது ஒரு கண் இருந்ததை காண முடிந்தது. ஆனால் கைக்கூடவில்லை. ஒரு சேச்சியின் சிவா மீதான காதல் இரண்டு வருடம் கழித்து அமரன் திரைப்படம் மூலம் மம்மூட்டி வழியாய் கைக்கூடியது என்று சொல்லலாம்.

பாதி படம் வரை கதாநாயகனுக்கு தான் என்னவாக போகிறோம்? எந்த திசையில் செல்கிறோம் என்று தெரியாமல் இருக்கிறது. அப்போது ஒரு யோசனை தோன்றுகிறது. சூரியை பார்த்து 'பேசாமல் அரசியலுக்கு போய்டலாமா' என்று கேட்க சூரி 'பொய் எல்லாம் பேசணுமே' என்கிறார். உடனே சிவா அப்படின்னா

வேண்டாம் என்று அந்த முயற்சியை கைவிடுவதாக வசனம் இடம் பெற்று இருக்கும். மிக சமீபத்தில் தான் கோடம்பாக்கம் ஹீரோ ஒருவர் அரசியலுக்கு போய் கலக்கி கொண்டிருக்கிறார். இப்போது அவர் இடம் இங்கே வெற்றிடமாக இருக்கிறது. இருவரில் ஒருவர் கட்சி பணியாற்ற செல்ல, மற்ற ஒருவர் கார் பந்தயத்திற்கு கிளம்பி விட்டார் என்பதையும் இங்கு சுட்டி காட்ட வேண்டியுள்ளது.

இந்த படத்து மிக முக்கியமான மெசேஜ் ஆங்காங்கே தூவப் பட்டுள்ளது. என்ன படிப்பு படிப்புன்னு மீனுக்கு மாணவனோடு எப்படி ரேஸ் விடுவீங்க. எல்லோரும் மத்தவங்க வாழக்கைய தான் வாழுறான், அவன் யாருன்னு தேடி கண்டுபிடிக்காத வரைக்கும். தேடி கண்டுபிடிச்ச பிறகு தான் அவன் அவனுடைய வாழ்க்கையையே வாழ ஆரம்பிக்கிறான். அது வரைக்கும் அவன் உங்க எல்லோருக்கும் உருப்படாதவனாகதான் தெரிவான். ஆனால் அவனுக்கு தெரியும் தேடுறதல கிடைக்கும் அந்த ஒரு நிமிஷத்துல அவன் வாழ்க்கை மாறிடும். இந்த காலத்து பசங்கள பெத்தவங்க கைய புடிச்சி தூக்கி விட தேவை இல்லை நம்பி ஒரு முறை அவன் கைய விட்டா போதும் அவன் வந்துடுவான் என்கிற வசனம் இந்த படத்து ஒட்டு மொத்த கதையை கூறிவிடுகிறது.

சமீப காலமாக திரை துறையில் ஒரு டிரண்ட் போய் கொண்டிருக் கிறது. என்ஜீனியர் பட்டதாரிகள் கோடம்பாக்கத்தை தத்து எடுக்க ஆரம்பித்து விட்டார்கள். நமது ஹீரோ சிவகார்த்திக்கேயன் கூட ஒரு என்ஜீனியர் பட்டதாரி என்பதை இங்கே குறிப்பிட்டு சொல்லியாக வேண்டும். இவரை தவிர்த்து ஒரு சில முன்னணி இளம் இயக்குனர்களும் என்ஜீனியர் பட்டதாரிகளே.. குறும்பட இயக்கம் என்கிற ஒன்று இளம் இயக்குனர்களுக்கு அடையாளமாய் அமைந்து போனது.

அலுவல் நிமித்தமாய் ஈரோடு தமிழ்நாடு குடிநீர் மற்றும் கழிவு நீர் வாரிய அலுவலகத்திற்கு சென்றபோது அதன் உயர் அதிகாரி செயற்பொறியாளர் பேச்சு வாக்கில் அவர் தனது மகனை பற்றி என்னிடம் கூறினார். தமது மகன் ஒரு என்ஜீனியர் பட்டதாரி என்றும், ஆனால் அவருக்கு திரைப்பட துறையில் ஆர்வம்

ஏற்பட்டது. ஷாட்பிலிம் எடுப்பதாக கூறினார். ஆனால் தனக்கு அதில் ஆர்வமில்லை என்றும் தான் தன்னுடைய மகனின் முயற்சிக்கு அதற்கு ஒப்புதல் கொடுக்கவில்லை என்றும் கூறினார். பிறகு சிறிது காலம் கழித்து அந்த அதிகாரியை மீண்டும் சந்தித்து பேசுகிற வாய்ப்பு ஏற்பட்டபோது நான் அவரின் மகனை பற்றி கேட்கும்போது அப்போது அவர் கூறிய வார்த்தை இன்னும் என் காதில் ரீங்கார மிட்டு கொண்டிருக்கிறது.

‘நான் ஒரு வழியாய் என் மகனுக்கு ஒகே சொல்லி விட்டேன். சார். நான் அப்படி அவனுக்கு ஒகே சொன்னதும் அவன் முகத்தில் அவ்வளவு ஒரு சந்தோஷம் அவன் முகத்தில் அப்படி ஒரு பிரைட்னஸ் பார்த்தேன் சார்’ என்று கூறியது நம் டான் படத்தோடு ஒத்து போகிறதை காண முடிகிறது.

எந்த தந்தையும் தனது மகன் சாதிக்காதது வரை ஏற்று கொள்ளவே மாட்டார்கள், மகன் சாதிக்கிற காலம் வரும்போது தந்தைகள் அதனை காண இருப்பதில்லை என்பதையும் இங்கே குறிப்பிட்டு கூறியாக வேண்டும். ஒரு அரசு பணியில் இருக்கும் ஒரு உயர் அதிகாரியே தமது மகனின் திறமையில் நம்பிக்கை கொள்ள காலம் பிடித்தது என்றால் சைக்கிளை மூலதனமாக கொண்டு குடும்பம் நடத்தி வரும் ஒரு அப்பாவி தந்தையின் நிலமை என்னவென்று சொல்வது. நாயகனின் தந்தை மரணம் மகனின் லட்சிய பாதைக்கு வழி ஏற்படுத்தி கொடுத்திருக்கிறது என்று தான் கூற வேண்டும்.

இந்த படத்து கதை ஒரு மகனுக்கும் தந்தைக்கும் இடையே நடக்கும் ஒரு பனிப்போர் பற்றியது மட்டுமல்லாமல் ஒரு மாணவனுக்கும் ஆசிரியருக்கும் இடையே அரங்கேறும் ஈகோ போர் பற்றியது என்றும் கூட சொல்லலாம். பள்ளியிலும் கல்லூரியிலும் கடைசி பெஞ்சு மாணவர்களுக்கு என்று சில குணாம்சங்கள் உண்டு. முதல் பெஞ்சு அம்மாஞ்சிகளிடமிருந்து இவர்கள் முற்றிலும் மாறு பட்டவர்கள். ஒட்டு மொத்த வகுப்பறையே இவர்களை ஏதோ ஒரு விதத்தில் சார்ந்திருக்கும். கல்லூரி ஆடல் பாடல் நிகழ்ச்சிகள் எல்லாம் இவர்களுக்காகவே நடத்தப்படும். படிப்பு மட்டும் வாழ்க்கை இல்லை என்பதில் தீர்க்கமாக இவர்கள் இருப்பார்கள்.

அதனாலேயே கொஞ்சமாக படித்து விட்டு நிறைய ஆட்டம் போடுவார்கள். நிறைய கலாட்டா செய்வார்கள். பைத்தியம் பிடிக்கும் பித்தாகரஸ் தேற்றத்திற்கு இவர்கள் சேட்டைகள் தான் நம்மை தேற்றுவதாக இருக்கும்.

இந்த பூவுலகின் சாதனையாளர்கள் பெரும்பாலோர் கடைசி பெஞ்ச்வாசிகளே. ஒரே வார்த்தையில் சொல்வதென்றால் இவர்கள் பிழைக்க தெரிந்தவர்கள். பரீட்சையில் பாஸாகவில்லை என்றாலோ காதலில் தோற்று போனாலோ கண்டிப்பாக இவர்கள் தற்கொலை செய்து கொள்ள மாட்டார்கள். எதையுமே யோசித்து முடி வெடுக்கிற ரகத்தை சார்ந்தவர்கள். இந்த பின்னணியை கொண்டி ருக்கும் ஒரு நபர் ஆசிரியராக வந்தால் அவரிடம் ஒரு கடைசி பெஞ்சு நபர் மாட்டினால் என்ன நடக்கும் அது தான் இந்த படத்தில் நடக்கிறது. ஆசிரியர் எஸ்.ஜே.சூர்யா - மாணவன் சிவகார்த்திகேயன் இடையே ஒரு நீண்ட போர் தொடர்கிறது.

அந்த காலத்து லாஸ்ட் பெஞ்சு ஆசிரியர் ஏவும் ஒவ்வொரு அம்புகளையும் இந்த காலத்து லாஸ்ட் பெஞ்சு முறியடிக்கிறது. ஒவ்வொரு தோல்வியும் ஆசிரியருக்கு ஒரு புது வேகத்தை கொடுக் கிறது. நாயகன் மீது மட்டுமே முழு இலக்கும் வைத்து செயல்பட அந்த செயல்பாடு தந்தை - மகன் உறவில் விரிசல் ஏற்படுத்துகிறது.

கல்லூரிக்கு தெரியாமலேயே கல்லூரி வளாகத்தில் குறும்பட சூட்டிங் எடுக்கப்படுவது மற்றும் அது சூர்யாவால் தடுக்கப்படுவது என்று படம் முழுக்க எம்.ஜி.ஆர் - நம்பியார் கதையே ஓடிக் கொண்டிருக்க ஒரு விபத்து இவர்கள் இருவருக்குமிடையே உள்ள இடைவெளியை சமன் செய்து விடுகிறது.

நாயகன் தந்தையின் கனவான என்ஜீனியர் பட்டம் சூர்யாவாலேயே சாத்தியமாகிறது. இறுதியில் இவருக்கா நாம் தீங்கு செய்தோம். இவரை போய் நான் எதிரி என்று நினைத்தேனே என்று மனம் உருகி எல்லாவற்றுக்கும் சேர்த்து சிவா கண்ணீர் மல்க சாரி சார் என்று கூறும்போது, மிக மிக பெருந்தன்மையோடு சிவாவை பார்த்து 'ஏய் போடா..' என்று கூறும்போது அந்த ஆசிரியர் கதாபாத்திரம் எங்கேயோ சென்று விடுகிறது.

உண்மையில் பெற்றோர்களும் ஆசிரியர்களும் நல்லவர்கள், நமக்கானவர்கள். நாம் செய்கிற எல்லா தவறையும் மன்னிக்க பிறந்தவர்கள் மற்றும் மேலும் மேலும் தவறு செய்யாதிருக்க ஆண்டவனால் அனுப்பி வைக்கபட்ட நல்மேய்ப்பர்கள் அவர்கள் என்பதை நாம் இறுதியில் தான் புரிந்து கொள்வோம். நம்மை சாதிக்க வைத்து அழகு பார்ப்பவர்கள் அவர்கள் என்கிற மெசேஜ் இந்த படத்தின் மூலம் தெரிய வருகிறது.

நமது ஹீரோ ஒரு காட்சியில் தந்தையை பார்த்து நீ ஒரு சாடிஸ்ட் என்று சகட்டுமேனிக்கு திட்டி விடுவார், அந்த லேப்டாப் எரிப்பு சம்பவத்தை தொடர்ந்து. அவர் ஏன் அப்படி செய்தார் உண்மையில் அவரின் தந்தைக்கு மகன் மீது பாசமில்லையா என்கிற கேள்விக்கு பதில் பார்வையாளருக்கு தெரியப்படுத்தியாக வேண்டும். அதற்கு ஒரு மீடியாவாக தாய் கதாபாத்திரம் இந்த படத்தில் பயன்படுத்தப் பட்டுள்ளது.

நீ பொறந்த உடனே உன்னை கையில் தூக்கி வைத்து கொண்டு உங்கப்பா என்னன்னு கடவுள்கிட்ட வேண்டிக்கிட்டார் தெரியுமா? ‘கடவுளே எனக்கு கிடைக்கிற சந்தோஷத்தை எல்லாம் என்

புள்ளைக்கு கொடுத்துடு. என் புள்ளைக்கு வருகிற கஷ்டங்களை எல்லாம் எனக்கு கொடுத்துடுன்னு வேண்டிக்கிட்டார். உனக்கு நாலு வயசு வரைக்கும் பேச்சு வரலை. உங்கப்பா ஏறாத மலை இல்லை போகாத கோயில் இல்லை உன் மேல அவ்வளவு பாசம் வைத்திருந்ததால்தான் வேறு புள்ளையே வேண்டான்னு சொல்லிட்டார்' என்று மகன் மீது தந்தை கொண்டிருந்த பாசத்தை பற்றி சிவாவின் தாய் அடுக்கி கொண்டே வரும்போது தான் எவ்வளவு பெரிய தவறு செய்து விட்டோம் என்று சிவாவுக்கு உணர முடிகிறது.

அதனை தொடர்ந்து தான் ஒரு வெற்றி பெற்ற இயக்குன ரானாலும் தன் தந்தையின் கனவான இஞ்சீனியர் பட்டத்தை பெற்று தந்தையின் கனவை நிறைவேற்றுகிறார். அந்த பட்டமளிப்பு விழாவில் பேசும்போது பெற்றோர்களை கொண்டாடுங்கள் அவர்கள் இருக்கும்போதே என்று மாணவர்களை பார்த்து கூறுகிறார். அவரால் முடியாது போன ஒன்றை மற்றவர்களுக்கு போதிக்கிறார். அவர் தந்தை அவருக்கு போதித்ததை போல.. .

தந்தையை பார்த்து மகன் அவ்வளவு கோபத்தில் திட்டிவிட்டதை சுட்டி காண்பித்து கூறும்போது சமுத்திரகனி மிகவும் கேசுவலாக தன் மனைவியை பார்த்து - அவன் கொழந்தைடி என்று கூறுமிடத்து அங்கே சூர்யா நமக்கு நினைவிற்கு வருகிறார். சாரி சார் என்று சிவா கூறும்போது 'ஏய் போடா' என்று சிரித்துக் கொண்டே கூறி சிவாவை ஆசுவாசப்படுத்துவது நமக்கு நினைவிற்கு வருகிறது. உங்கள் குணம் தவறு செய்வது எங்கள் குணம் உங்களை மன்னிப்பது. நீங்கள் இப்படித்தான் இருப்பீர்கள் நாங்கள் இப்படித்தான் இருப்போம் என்று பிதாவும் குருவும் ஒரு சேர கூறி இருப்பது இந்த படத்தின் ஹைலைட்.